फिटर प्रथम वर्ष मराठी MCQ

मनोज डोळे

डिजिटायझेशन ही काळाची गरज आहे. भविष्यात, प्रशिक्षण अधिक सोयीस्कर आणि सोपे करण्यासाठी औद्योगिक प्रशिक्षण संस्थांमध्ये ऑनलाइन इंटरनेट वापरून प्रशिक्षण घेणे आवश्यक आहे. MCQ प्रश्नांचा संच असलेली ई-पुस्तके प्रशिक्षणार्थींना उपलब्ध करून दिली जातील कारण त्यांना त्यांच्या औद्योगिक प्रशिक्षण संस्थांमध्ये होणाऱ्या ऑनलाइन परीक्षांच्या तयारीसाठी MCQ प्रश्नांची अधिक सवय होणे आवश्यक आहे.

या सर्व बाबी लक्षात घेऊन श्री.मनोज मधुकर डोळे प्रशिक्षक, औद्योगिक प्रशिक्षण संस्था, सातारा यांनी नवीन वार्षिक प्रणाली आणि NSQF-5 अभ्यासक्रमानुसार पुस्तके लिहिली आहेत. आणि त्यांनी प्रशिक्षण सुलभ करण्यासाठी सैद्धांतिक मोबाइल ॲप्स आणि ब्लॉग तयार केले आहेत आणि हे सर्व शैक्षणिक साहित्य जगप्रसिद्ध Google Play Store, Amazon आणि Apple Book Store वर डाउनलोड करण्यासाठी उपलब्ध केले आहे.

पुस्तकांचे प्रकाशन माननीय सहसंचालक श्री राजेंद्र घुमे साहेब प्रादेशिक व्यावसायिक शिक्षण व प्रशिक्षण कार्यालय, पुणे यांच्या हस्ते दिनांक 9/1/2019 रोजी करण्यात आले, यावेळी श्री प्रकाश सायगावकर साहेब प्राचार्य शासकीय औद्योगिक प्रशिक्षण संस्था औंध पुणे, श्री तुकाराम मिसाळ साहेब प्राचार्य डॉ. सरकार प्र.संस्था सातारा, श्री सचिन धुमाळ साहेब जिल्हा व्यवसाय शिक्षण व प्रशिक्षण अधिकारी सातारा, श्री यतीन पारगावकर साहेब मुख्याध्यापक गो. प्र.संस्था कोल्हापूर, श्री विकास टेके साहेब निरीक्षक व्यावसायिक शिक्षण व प्रशिक्षण क्षेत्रीय कार्यालय पुणे, पालेकर फूड्स प्रॉडक्ट्स प्रा. लि.चे सातारा येथील उद्योजक अध्यक्ष श्री.नीळकंठराव पालेकर साहेब, हिरा फूड्स चे चेअरमन श्री.इब्राहिम बाबा तांबोळी साहेब, सौ.शाल्मली पवार मुख्याध्यापिका शासकीय तंत्रनिकेतन केंद्र सातारा व इतर मान्यवर यावेळी उपस्थित होते.

अनुक्रमणिका

प्रस्तावना — vii

नांदी, प्रस्तावना — ix

ऋणनिर्देश, पावती — xi

1. फिटर प्रथम वर्ष मराठी Mcq Drawing — 1

2. फिटर प्रथम वर्ष मराठी Mcq — 23

प्रस्तावना

फिटर **प्रथम वर्ष** MCQ हे ITI आणि अभियांत्रिकी कोर्स फिटर, प्रथम वर्ष, सेमी- 1 आणि 2, 2022 मध्ये सुधारित NSQ F-5 अभ्यासक्रमासाठी एक साधे ई-पुस्तक आहे , यात अधोरेखित आणि ठळक अचूक उत्तरांसह वस्तुनिष्ठ प्रश्न आहेत ज्यात सर्व विषयांचा समावेश आहे. सॉइंग, फाइलिंग, मार्किंग, चिपिंग, मापन, रिव्हटिंग, सोल्डरिंग, ब्रेझिंग, ड्रिलिंग, OSH&E, PPE, अग्निशामक, प्रथमोपचार आणि त्याव्यतिरिक्त 5S, शीट मेटल, वेल्डिंग (गॅस आणि आर्क] बद्दल सर्व नवीनतम आणि महत्त्वाचे बहु-कौशल्य, विविध ड्रिलिंग ऑपरेशन्स (थ्रू, ब्लाइंड, अँगुलर], रीमिंग, ऑफहँड ग्राइंडिंग, टॅपिंग, डायिंग, भिन्न फिट उदा., स्लाइडिंग फिट, इ., स्क्रॅपिंग, फास्टनिंग (नट आणि बोल्ट, रिव्हटिंग, स्टड, स्क्रू, इत्यादी,] .

आम्ही प्रत्येक नवीन आवृत्तीसह नवीन प्रश्नांची उत्तरे जोडतो. कृपया काही त्रुटी/ वगळल्यास आम्हाला ईमेल करा. सर्व अभियांत्रिकी बहुपर्यायी प्रश्न आणि उत्तरांसाठी हे निर्विवादपणे सर्वात मोठे आणि सर्वोत्तम ई-पुस्तक आहे.

विद्यार्थी म्हणून तुम्ही ते तुमच्या परीक्षेच्या तयारीसाठी वापरू शकता. हे ई-पुस्तक प्राध्यापकांना साहित्य रीफ्रेश करण्यासाठी देखील उपयुक्त आहे.

नांदी, प्रस्तावना

21 व्या शतकातील औद्योगिक क्षेत्रातील वेगाने वाढणाऱ्या मागणीच्या अनुषंगाने बहु-कुशल कारागीरांचा पुरवठा करण्यासाठी व्यवसाय शिक्षण आणि व्यवसाय प्रॅक्टिकल विभागामार्फत व्यावसायिक शिक्षण आणि प्रशिक्षण विभागामार्फत व्यावसायिक शिक्षण आणि प्रशिक्षण दिले जाते. संस्थांमधील सर्व व्यवसाय महत्त्वाचे आहेत, कारण या व्यवसायांतील प्रशिक्षणार्थी उद्योगाच्या मागणीनुसार बहु-कौशल्ये विकसित करतात.

औद्योगिक क्षेत्रातील सर्व उद्योगांमधील सर्व परीक्षा ऑनलाइन घेतल्या जातात आणि त्यामध्ये MCQ पद्धतीच्या प्रश्नांचा समावेश होतो हे लक्षात घेऊन सर्व व्यवसायांसाठी योग्य MCQ ई-पुस्तके उपलब्ध करून देण्याच्या उदात्त हेतूने. श्री.मनोज मधुकर डोळे यांनी नवीन वार्षिक अभ्यासक्रमानुसार MCQ पद्धतीवर खूप चांगले ई-बुक लिहिले आहे. हे ई-बुक सर्व प्रशिक्षणार्थी, प्रशिक्षणार्थी उमेदवार, प्रशिक्षण प्रशिक्षक आणि संबंधित इतरांसाठी निश्चितच मार्गदर्शक ठरेल.

पुस्तकाचे लेखक श्री.मनोज मधुकर डोळे आहेत, इन्स्ट्रक्टर गव्हर्नमेंट ITI सातारा यांना 17 वर्षांचा प्रशिक्षणाचा अनुभव आहे. नवीन वार्षिक पॅटर्न म्हणून लिहिलेल्या, या ई-बुकमध्ये प्रत्येक विषयासाठी मांडणी, सोपी भाषा आणि सोपी वाक्यरचना, आकृती आणि व्हिडिओ समजून घेण्यासाठी आधुनिक डिजिटल QR कोड तंत्रज्ञान समाविष्ट केले आहे. त्यामुळे सखोल अभ्यास आणि परीक्षेच्या सरावासाठी हे ई-बुक नक्कीच उपयोगी पडेल याची मला खात्री आहे. त्यांनी केलेले काम नक्कीच कौतुकास्पद आहे.

श्री तुकाराम मिसाळ
प्राचार्य शासकीय औद्योगिक प्रशिक्षण संस्था सातारा.

ऋणनिर्देश, पावती

DGET नवी दिल्ली आणि CSTARI कोलकाता ऑगस्ट 2018 च्या सत्रापासून ITI मधील सर्व व्यवसायांसाठी वार्षिक पॅटर्न लागू करत आहेत. परीक्षा पद्धतीतही बदल करण्यात येणार असून या वर्षीपासून ती ऑनलाइन होणार असून सर्व प्रश्न वस्तुनिष्ठ स्वरूपाचे (MCQ) असल्याने प्रशिक्षणार्थींना सखोल अभ्यासाची नितांत गरज आहे. हे लक्षात घेऊन जुन्या NIMI पॅटर्नवर आधारित पुस्तके आणि नवीन वार्षिक पॅटर्नचे संपूर्ण विहंगावलोकन सादर करताना आम्हाला आनंद होत आहे आणि आम्हाला आशा आहे की ही पुस्तके सर्व व्यवसाय संचालक आणि प्रशिक्षणार्थींसाठी मार्गदर्शक ठरतील. आहे.

ही पुस्तके लिहिल्याबद्दल जोहर आवटे साहेब, ITI अकलूजचे प्राचार्य. ITI सातारा चे माजी प्राचार्य सायगावकर साहेब, सहाय्यक संचालक श्री चंद्रकांत ढेकणे साहेब व्यवसाय शिक्षण व प्रशिक्षण प्रादेशिक कार्यालय, पुणे, जिल्हा व्यवसाय शिक्षण व प्रशिक्षण अधिकारी सचिन धुमाळ साहेब व मुख्याध्यापिका शासकीय तंत्रनिकेतन केंद्र शाल्मली पवार मॅडम व मुलगा अधिराज डोळे, आई कुसुम डोळे. , माझे वडील मधुकर डोळे आणि पत्नी अश्विनी डोळे यांनी वेळोवेळी केलेल्या विशेष मार्गदर्शन व सहकार्याबद्दल मी त्यांचा मनःपूर्वक आभारी आहे.

तसेच अतिशय कमी कालावधीत पुस्तक प्रकाशित करण्यात अमूल्य वेळ दिल्याबद्दल श्री राजेंद्र घुमे साहेब, सहसंचालक, व्यवसाय शिक्षण व प्रशिक्षण प्रादेशिक कार्यालय, पुणे यांनी पुस्तकाचे पुनरावलोकन केले. त्यांच्या अभिप्रायाबद्दल मी मनापासून आभारी आहे.

पुस्तक लिहिण्याच्या सुरुवातीपासूनच सतत पाठबळ दिल्याबद्दल ITI सातारा च्या प्रशिक्षकांचा मी आभारी आहे.

या पुस्तकातून, ई-लर्निंगबद्दलचे माझे विचार तुमच्याशी शेअर करण्यात मी स्वतःला धन्य समजतो. हे पुस्तक परिपूर्ण आहे असा दावा मी करणार नाही, कारण परिपूर्णतेचा विचार करता हे पुस्तक एक प्रयत्न आहे आणि बाल्यावस्थेत आहे. त्यांची चाचणी आणि सूचना दिल्यास ते सुधारण्यासाठी मोलाचे ठरतील.

मनोज डोळे

दिनांक 9/1/2019

1

फिटर प्रथम वर्ष मराठी
MCQ Drawing

Online Test Exam
ITI Books
CNC Course
AutoCAD CAM
JOB & Apprentice
Online Theory
Computer Course
Trading Course
Web Designing
MSCIT Course
Shopping Business
Internet Business
Remotasks Course
Online Services
Top Sportsmans
Indian Army
Freedom Fighters
Top Scientists
Social Reformers
Motivational Speaker
Top Richest People
Join WhatsApp Group
Join Facebook Group
Like Facebook Page
PAN / Adhar / Licence Passport

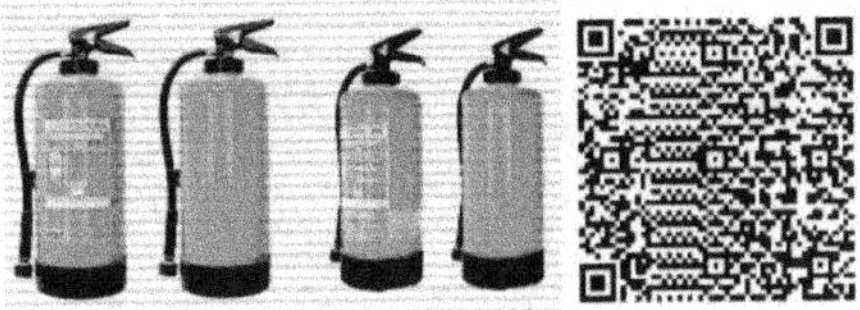

Fire extinguisher

Calliper

Hacksaw frame

Universal surface guage

Hammer

Centre punch

Bench vice

Files

Scraper

Surface Plate

Outside Micrometer

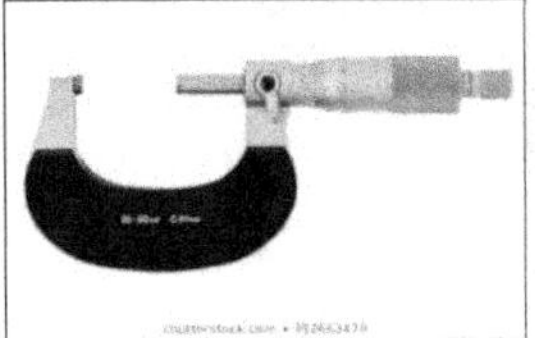

Micrometer

Depth micrometer

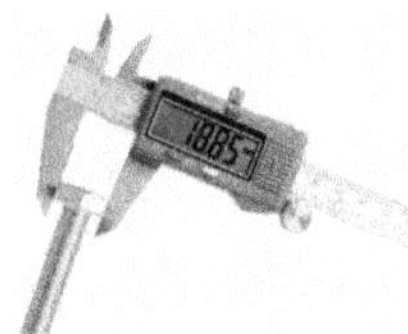

Vernier Calliper

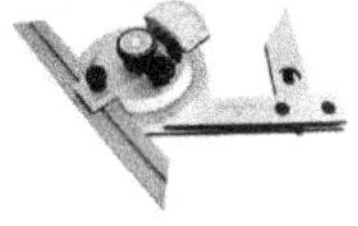

Vernier bevel protractor

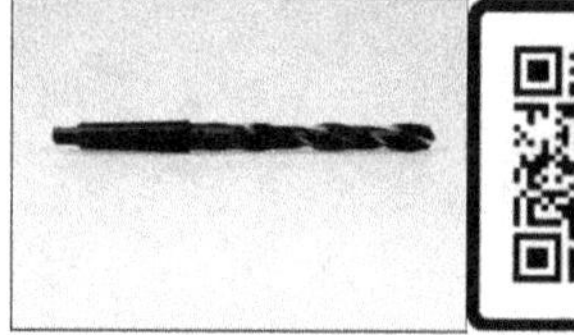

Drilling

Reamer

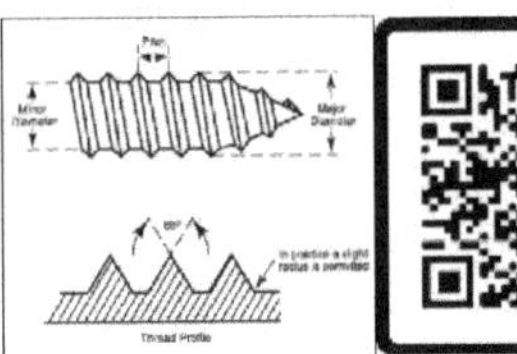

Thread

Tap Die

Grinding Wheel

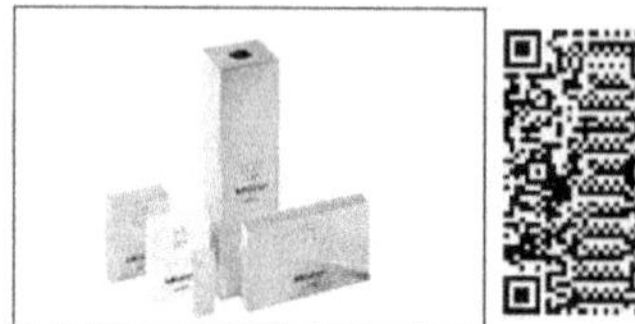

Slip gauge

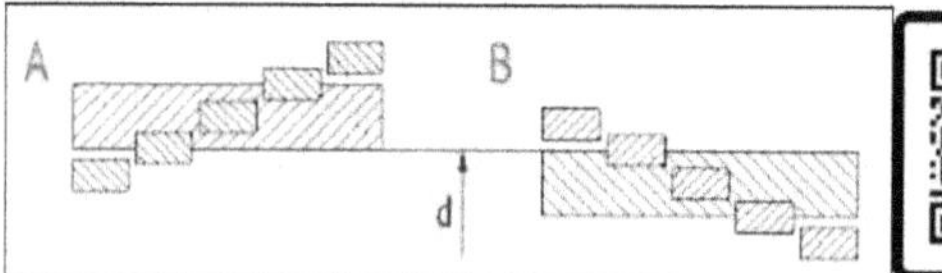

Limit fit tolerance

Lathe Machine

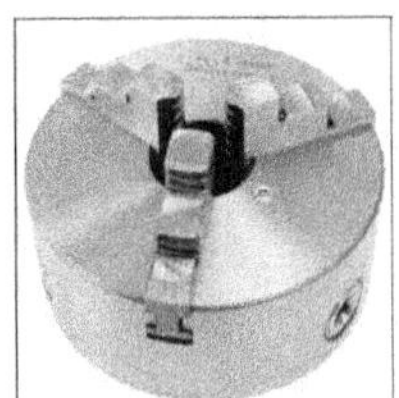

Lathe chuck

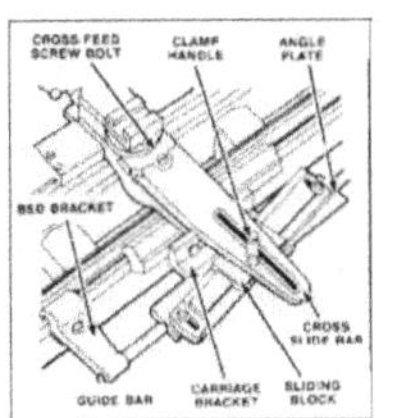

Taper turning attachment

taper ring gauge

screw pitch gauge

Gear

screw pitch gauge

Tap Die

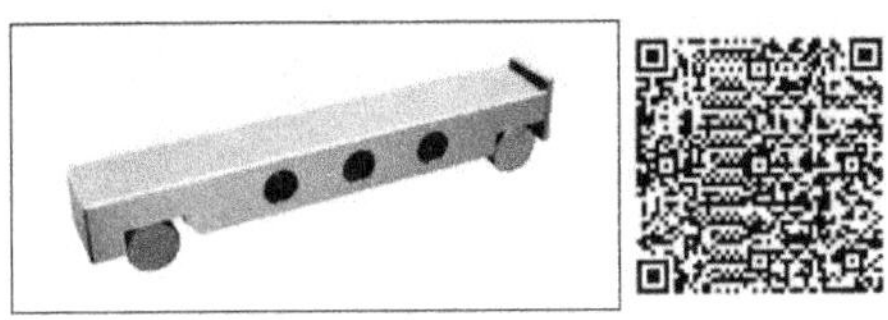

Sine bar

Slip gauge

Dial test indicator

Telescopic gauge

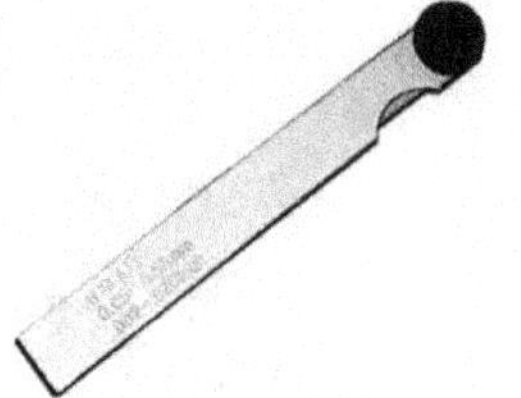

Feeler gauge

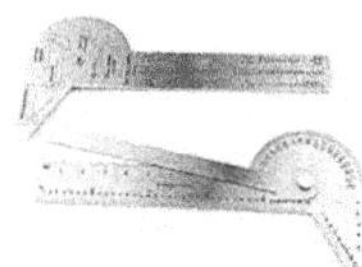

Centre gauge

Jig

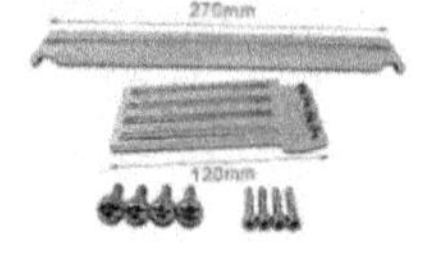 

Fixture

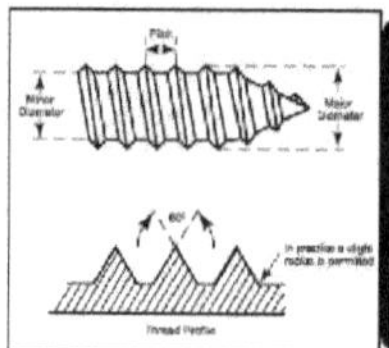 

Thread

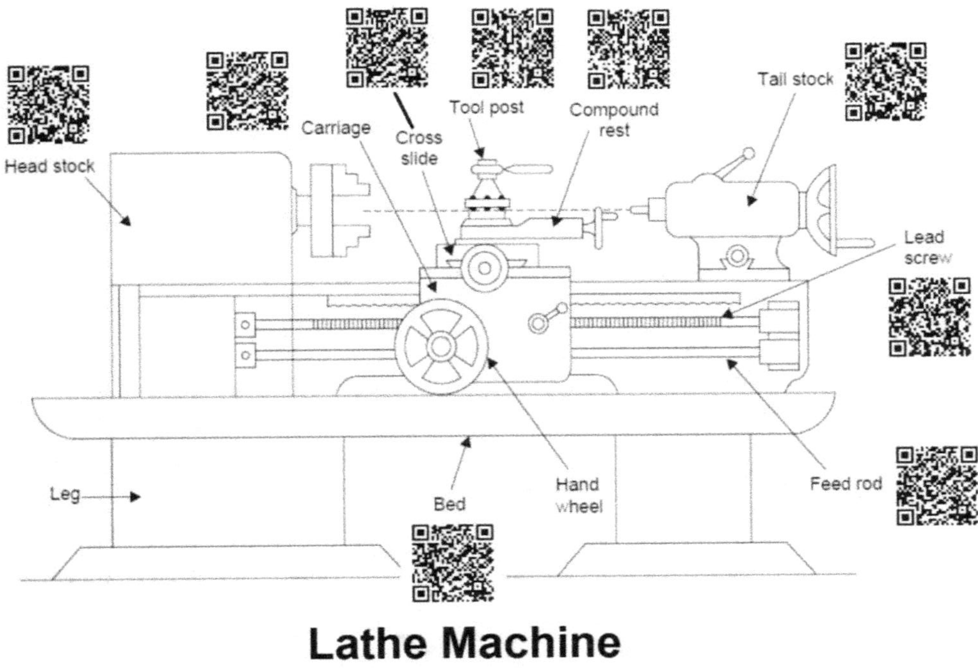

Lathe Machine

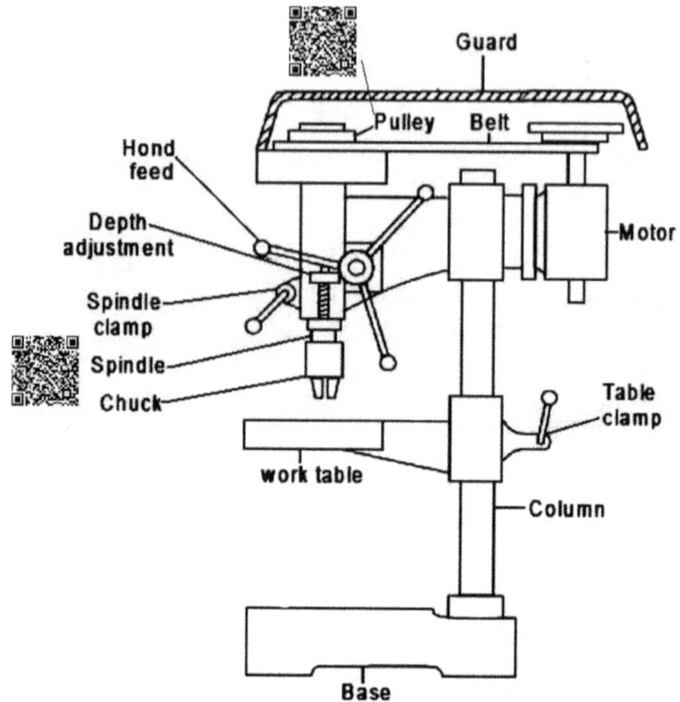

Piller Drilling Machine

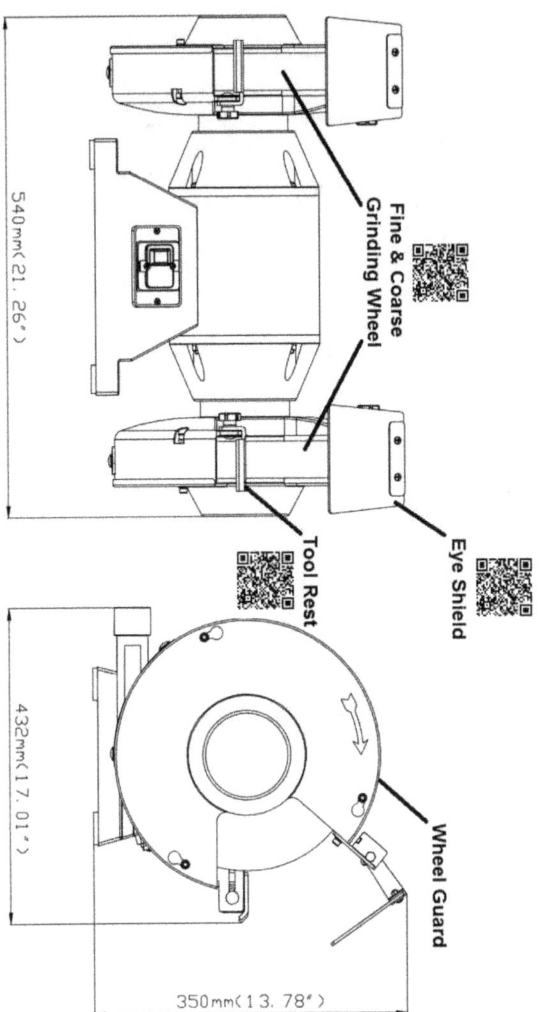
Bench Grinding Machine
Fine & Coarse Grinding Wheel
Eye Shield
Tool Rest
Wheel Guard
540mm(21.26″)
432mm(17.01″)
350mm(13.78″)

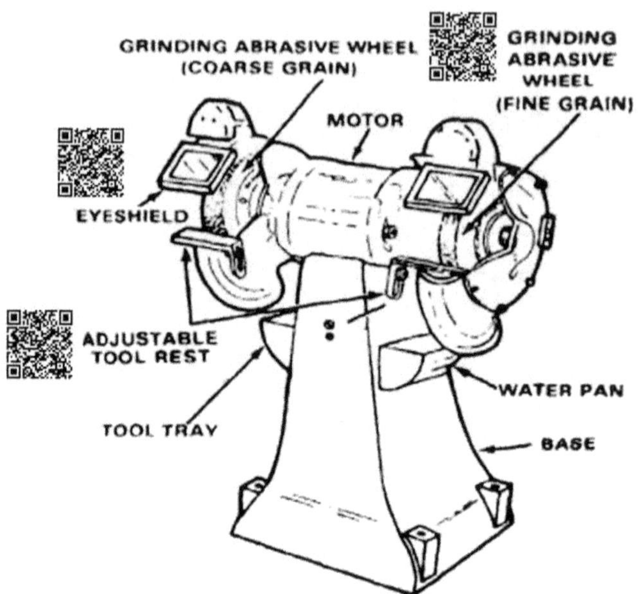

Pedastal Grinding Machine

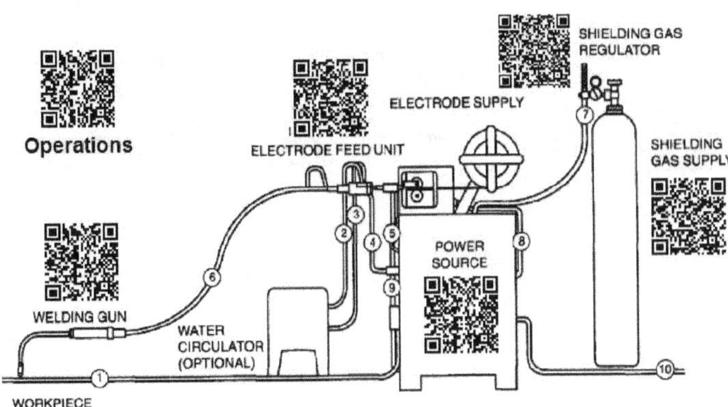

Gas Metal Arc Welding

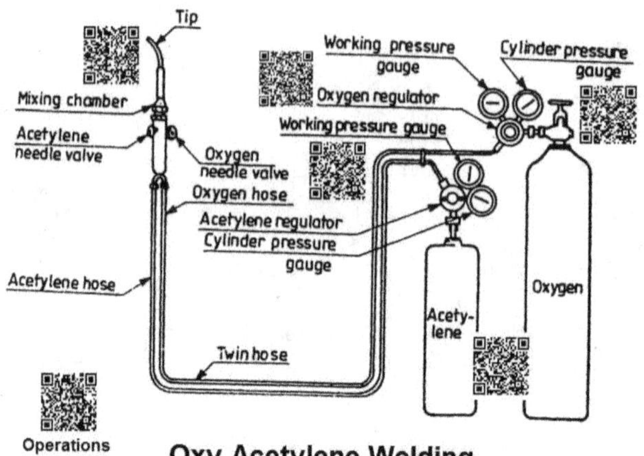

Oxy Acetylene Welding

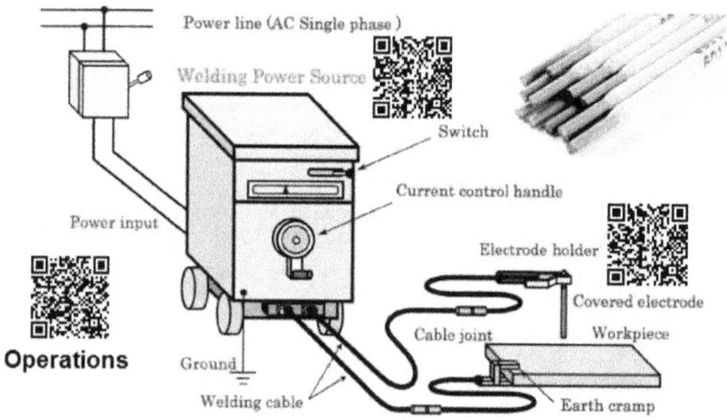

Shielded Metal Arc Welding

2

फिटर प्रथम वर्ष मराठी MCQ

1] कार्यशाळा सुरक्षा कोणती आहे?

अ] दुकानातीलमजलास्वच्छआणिग्रीस, तेलकिंवाइतरनिसरड्यापदार्थांपासूनमुक्तठेवा

ब] वेग बदलण्यापूर्वी मशीन थांबवा

C] फटाके किंवा चिरलेली साधने वापरू नका

ड] धावणारे मशीन हाताने थांबवण्याचा प्रयत्न करू नका

२] पर्सनल प्रोटेक्ट इक्विपमेंटमध्ये (पीपीई] हेल्मेट वापरले जाते

अ] डोकेसंरक्षितकरा

ब] डोळ्यांचे रक्षण करा

क] हातांचे संरक्षण करा

ड] कानांचे रक्षण करा

3] खालीलपैकी कोणते सामान्य सुरक्षिततेशी संबंधित आहे?

A चांगल्या वृत्तीचा कार्यकर्ता ठेवा

ब] काम स्वच्छ आणि स्पष्ट

क] आपल्या कामावर लक्ष केंद्रित करा

ड] मजलाआणिगँगवेस्वच्छआणिस्वच्छठेवा

4] दळताना डोळ्यांच्या संरक्षणासाठी कोणता वापर केला जातो?

अ] गडद हिरवा काच

ब] मुखवटा

क] सूर्याचा चष्मा

ड] सुरक्षागॉगल

5] खालीलपैकी कोणते मशीन सुरक्षिततेसाठी केले जाते?

अ] मशीनसुरूकरण्यापूर्वीतेलाचीपातळीतपासा

ब] पद्धतशीर पद्धतीने कामे करा

क] फरशी आणि गँगवे स्वच्छ आणि स्वच्छ ठेवा

ड] डाय आणि स्कार्फ वापरू नका

6] In पर्सनल प्रोटेक्ट इक्विपमेंट (PPE), 'स्लीव्हज'चा वापर संरक्षणासाठी केला जातो ----------

चेहरा

ब] डोळे

क] कान

ड] हात

7] ABC म्हणजे ---------------

अ] स्वयंचलित श्वास नियंत्रण

ब] स्वयंचलित रक्त नियंत्रण

क] वायुमार्गातीलश्वासोच्छवासाचेअभिसरण

ड] स्वयंचलित रक्त परिसंचरण

8] आग आणि आग विझवणारे

fire extingusher

Fire Extingusher

अग्नीरोधक

9] "वर्ग ब" आग विझवण्यासाठी अग्निशामक यंत्राचे प्रकार वापरले जातात ....

अ] कोरडीशक्ती

ब] कार्बन डायऑक्साइड

क] पाण्याचा जेट

ड] फोम प्रकार

10] सामान्य आग विझवण्यासाठी कोणत्या प्रकारचे अग्निशामक यंत्र वापरले जाते?

अ] पाण्याचेप्रकारविझविण्याचेयंत्र

ब] फोम प्रकार एक्टिंग्विशर

क] कोरडी रासायनिक पावडर एक्टिंग्विशर

D] कार्बन डायऑक्साइड (C02] एक्टिंग्विशर

11] रक्तस्त्राव झाल्यास उपचार घ्या

डी] थंड 3" आणि विश्रांती

<u>अ] थंडपाण्याचीफवारणीकरा</u>

ब] लगेच मलमपट्टी -----.

ब] अपघात विचार उपचार बद्दल चौकशी

safety   workshop safety

12] अपघात झाल्यास, पीडितेने आय.एम

अ] विश्रांती घेण्यास सांगितले

<u>क] तात्काळहजरझाले</u>

डी] त्याला सोडा

13] जखमी किंवा आजारी व्यक्तीला प्राथमिक उपचार दिले जातात....

अ] जीव वाचवा

ब] मफचा पुढील बिघाड टाळा

क] शक्य तितका आराम द्या

<u>ड] हेसर्व</u>

14] कचरा पेपर वेगळे करण्यासाठी डब्यांचा कलर कोड ----- आहे.

<u>अ]निळारंग</u>

ब] पिवळा रंग

क] लाल रंग

ड] हिरवा रंग

15] जपानी भाषेत सेको म्हणजे --------------

<u>अ] चमकणे</u>

ब] क्रमवारी लावा

क] प्रमाणीकरण

ड] टिकवणे

16] SS प्रणालीचा फायदा ------ आहे.

अ] उत्पादकतेत वाढ

ब] गुणवत्तेत वाढ

क] वेळेचा अपव्यय कमी करणे

<u>ड] हेसर्व</u>

17] सुरक्षा म्हणजे -----------

अ] कोणाचाही व्यवसाय नाही

ब] प्रत्येकशरीराचाव्यवसाय

क] काही शरीर व्यवसाय

ड] संस्थेचा व्यवसाय

18] मूलभूत श्रेणींसाठी सुरक्षा चिन्हे उपलब्ध आहेत "निषेध" चिन्हाचा अर्थ ----

अ] दाखवतेकीतेकेलेजाऊनये

ब] काय केले पाहिजे ते दाखवते

क] धोक्याची किंवा धोक्याची चेतावणी देते

ड] सुरक्षा तरतुदीची माहिती देते

18] एक मायक्रोमीटर (U] समान आहे...

अ] 0.1 मि.मी

ब] ०.०१ मिमी

C] 0.001 मिमी

ड] 0.0001 मिमी

19] स्लॉटची रुंदी मोजण्यासाठी कॅलिपर म्हणजे...

अ] विषम पाय कॅलिपर

ब] बाहेरील कॅलिपर

C] जेनी कॅलिपर

ड] कॅलिपरच्याआत

caliper   hand tools

कॅलिपर

20] विभाजकांचा आकार ----------- द्वारे निर्दिष्ट केला जातो.

अ] पायांची एकूण लांबी

ब] पूर्णपणे उघडल्यावर बिंदूमधील अंतर

क] बिंदू नसलेल्या पायांची लांबी

D]पिव्होटआणिबिंदूमधीलअंतर

21] समांतर रेषा चिन्हांकित करण्यासाठी वापरलेले साधन आहे, डेटाम काठाच्या समांतर आहे -

अ] जेनीकॅलिपर

ब] विभाजक

क] बाहेरील कॉलीपर

ड] कॅलिपरच्या आत

22] खालीलपैकी कोणते एक अप्रत्यक्ष मोजण्याचे साधन आहे?

अ] बाहेरीलकॅलिपर

ब] व्हर्नियर कॅलिपर

क] पोलादी नियम

ड] बाहेरील मायक्रोमीटर

23] पातळ नळ्या कापण्यासाठी, हॅकसॉ ब्लेडची सर्वात योग्य पिच आहे...

अ] 1.8 मिमी

ब] 1.4 मिमी

क] 1 मि.मी

ड] 0.8 मि.मी

24] ठोस पितळ कापण्यासाठी, हॅकसॉ ब्लेडची सर्वात योग्य पिच आहे...

अ] 1.8 मिमी

ब] 1.4 मिमी

क] 1 मि.मी

ड] 0.8 मि.मी

hacksaw   Hacksaw Frame Blade

हॅकसॉ फ्रेम

25] काही स्ट्रोक नंतर एक नवीन हॅकसॉ ब्लेड मुळे सैल होते ...

अ] ब्लेडचेताणणे

ब] विंग-नट धागे जीर्ण होत आहेत

C] ब्लेडची चुकीची खेळपट्टी

ड] करवतीच्या संचाची अयोग्य निवड.

26] लहान व्यासाचे पाईप्स कापताना, नियमितपणे पाहणे आणि याची खात्री करणे उचित आहे ...

अ] कट वक्र रेषेच्या बाजूने आहे

ब] <u>अधिककरवतीचेदातआकुंचनपावलेआहेत</u>

क] काम जास्त तापलेले नाही

ड] हॅकसॉचे योग्य संतुलन राखले जाते

27] व्हाइस क्लॅम्पचा वापर यासाठी केला जातो...

अ] कठीण जबड्याचे रक्षण करा

ब] कामाचे तुकडे कडकपणे घट्ट करा

क] <u>तयारपृष्ठभागसंरक्षितकरा</u>

ड] जंगम जबडा दाखल होण्यास प्रतिबंध करा

28] चिन्हांकित करताना संदर्भ पृष्ठभाग प्रदान केला जातो ...

अ] पृष्ठभाग मापक

ब] वर्कपीस

क] कामाचे रेखाचित्र

D] <u>मार्किंगटेबलपृष्ठभाग</u>

29] अभियंत्याच्या वाइसचा आकार द्वारे निर्दिष्ट केला जातो ...

अ] जंगम जबड्याची लांबी

ब] <u>जबड्याचीरुंदी</u>

क] दुर्गुणाची उंची

ड] जबडा जास्तीत जास्त उघडणे

30] सार्वत्रिक पृष्ठभाग गेजचा भाग जो डेटाम काठावर समांतर रेषा काढण्यास मदत करतो.

अ] रॉकर हात

ब] स्नग

क] बारीक समायोजन स्क्रू

ड] <u>मार्गदर्शकपिन</u>

universal surface
gauge

Surface Gauge

युनिव्हर्सल पृष्ठभाग गेज

31] स्क्राइबर बनलेले आहेत ...

अ] सौम्य पोलाद

ब] <u>उच्चकार्बनस्टील</u>

क] पितळ

ड] कास्ट लोह

32] हँडल फिक्स करण्यासाठी वापरल्या जाणार्‍या हातोड्याचा भाग...

चेहरा

ब] पेन

क] गाल

ड] <u>डोळाछिद्र</u>

33] चिन्हांकित करण्याच्या हेतूने हातोड्याचे वजन आहे ...

अ] <u>250 ग्रॅम</u>

ब] ५०० ग्रॅम

क] १ किग्रॅ

ड] 2 किग्रॅ

hammer   Hammers

हातोडा

34] डिव्हायडर्सचा आकार द्वारे निर्दिष्ट केला जातो ...

अ] पायांची एकूण लांबी

ब] पूर्णपणे उघडल्यावर बिंदूंमधील अंतर

क] बिंदूंशिवाय पायांची लांबी

D] पिव्होटआणिबिंदूमधीलअंतर

35] 'V' ब्लॉकच्या खोबणीचा समाविष्ट केलेला कोन नेहमीच असतो....

अ] ४५०

ब] ६००

क] ९००

ड] 120०

36] 'V' ब्लॉक्सच्या ग्रेडमध्ये उपलब्ध आहेत...

अ] अआणिब

ब] अ, ब आणि क

क] १,२ आणि ३

ड] १ आणि २

37] 'B' ग्रेडचे 'V' ब्लॉक बनलेले आहेत

अ] कास्टलोह

ब] सौम्य पोलाद

क] पोलाद

ड] कास्ट स्टील

38] केंद्र शोधण्यासाठी वापरलेल्या पंचाचे नाव सांगा.

अ] प्रिक पंच ३०°

ब] प्रिक पंच ६०°

क] केंद्रपंच

ड] डॉट पंच

Centre punch 1 Punches

मध्यभागी पंच

39] केंद्र पंचाचा बिंदू कोन -------- आहे.

अ] ३०°

ब] ५०°

c] 900

ड] 1200

40] पंचांचा वापर --------- कोणत्याही आकाराचा बनवण्यासाठी केला जातो

अ] छिद्र

ब] खाण

C] Knurling

ड] रीमिंग

41] साधारणपणे वाइसच्या हँडलची लांबी ---------- असते.

अ] वाइसच्या सामान्य आकाराच्या 1.5 पट

ब] वाइसच्यासामान्यआकाराच्या 2.5 पट

क] वाइसच्या सामान्य आकाराच्या 3.5 पट

ड] वाइसच्या सामान्य आकाराच्या 4.5 पट

bench vice Bench Vice

खंडपीठ उपाध्यक्ष

42] बेंच व्हाईस स्पिंडल .... चे बनलेले असते.

अ] सौम्यपोलाद

ब] कास्ट लोह

क] साधन स्टील

ड] कांस्य

43] फाइल्सची उत्तलता मदत करते...

अ] अवतल पृष्ठभाग फाइल करण्यासाठी

ब] बहिर्वक्र पृष्ठभाग फाइल करण्यासाठी

क] कामाच्याकडागोलाकारटाळण्यासाठी

D] दाब लागू झाल्यावर सरळ होणारी फाईल

files 1

Files

फाईल्स

44] लाकूड, चामडे आणि इतर मऊ साहित्य भरण्यासाठी कोणती फाईल वापरली जाते?

अ] सिंगल कट फाइल

ब] डबल कट फाइल

c]रास्पकटफाइल

ड] वक्र कट फाइल

45] वापरलेली फाईल ------------ साठी वापरली जाते.

अ] कामाचा तुकडा साफ करणे

क] फाईलचे दात नूतनीकरण करणे

ब] फाईलचेदातसाफकरणे

ड] चिप्स साफ करणे

४६] फाइल कार्ड -------- यासाठी वापरले जाते.

अ] कामाचा तुकडा स्वच्छ करा

C] फाईलचे दात नूतनीकरण करा

ब] फाईलचेदातस्वच्छकरा

47] लेखकाचा बिंदू कोन ----------- आहे.

अ] ३०°

ब] ६०°

C] 5° ते 10°

D] 12° ते 15°

48] कास्ट आयरनला चिपकण्यासाठी कटिंग अँगल आहे...

अ] ३७.५°

ब] 55°

क] 60°

ड] 90°

chisel   hand tools

49] छिन्नी सामग्रीमध्ये खोदेल जेव्हा...

अ] रेक कोन अधिक आहे

ब] क्लिअरन्स कोन खूप कमी आहे

क] झुकावकोनअधिकआहे

ड] झुकाव कोन खूप कमी आहे

५०] कटिंग एजला थोडासा बहिर्वक्रता दिला जातो...

अ] वक्र पृष्ठभाग कापून टाका

ब] टोकदार कोपरे कापून घ्या

क] टोकेखोदण्यासप्रतिबंधकरा

ड] वंगण आत येऊ द्या

51] सरफेस प्लेट्स कशापासून बनतात...

अ] उच्च दर्जाचे कास्ट स्टील

ब] बारीककच्चालोह

क] मिश्र धातु स्टील्स

ड] लोह

Surface plates   hand tools

• 34 •

52] पृष्ठभाग प्लेट्स त्यांच्या लांबी आणि रुंदीनुसार निर्दिष्ट केल्या जातात आणि मध्ये असतात

अ] डेसिमीटर

ब] घनमीटर

क] दंडगोलाकार

53] कोन प्लेटच्या मशीन नसलेल्या भागावर बरगड्या दिल्या जातात...

अ] सुलभ हाताळणी

ब] उत्पादनात सोय

C] मशीनवर सेट करताना क्लॅम्पिंग

ड] कडकपणाआणिविकृतीटाळण्यासाठी

54] अँगल प्लेटवरील स्लॉट यासाठी दिले आहेत...

अ] वजन कमी करणे

ब] काम संरेखित करणे

क] हुक वापरून उचलणे

D] सामावूनघेणारेबोल्ट.

55] कोन प्लेट्सचा आकार द्वारे दर्शविला जातो ...

अ] वजन

ब] लांबी

क] लांबी x रुंदी

ड] आकारक्रमांक

56] सिमेंट कार्बाइड सारख्या मटेरियलवर हाय स्पीड पार्टिंग ऑफ कामासाठी

अ] सर्व मशीन करा

ब] कापण्याचे यंत्र

क] हेवीइयुटीपॉवरपाहिले

ड] खाण यंत्र बसलेले पाहिले

57] तोफा हा तांब्याचा धातू आहे, ------------

अ] कथीलआणिजस्त

ब] शिसे आणि जस्त

क] झिंक आणि निकेल

ड] शिसे आणि निकेल

58] कास्ट आयर्नचा वापर मशीन बेड तयार करण्यासाठी केला जातो कारण -------

अ] तेअधिकसंकुचिततणावाचाप्रतिकारकरूशकते

ब] ते वजनाने जड असते

क] हा स्वस्त धातू आहे

ड] हा एक ठिसूळ धातू आहे

59] मायक्रोमेट्रिकच्या बाहेर मेट्रिकची अचूकता किंवा किमान गणना --------- आहे

अ] 0-1 मिमी

ब] 0.01 मिमी

C] 0.001 मिमी

ड] 0.02 मिमी

micrometer   Out Side Micrometer

60] 1000 मायक्रॉन म्हणजे -----

अ] 1 मि.मी

ब] १ मी

क] 1000 मिमी

ड] 10 सें.मी

61] मेट्रिक मायक्रोमीटरमध्ये, थिमल ऍडव्हान्सची संपूर्ण क्रांती -----------

अ] 0.01 मिमी

ब] 0.25 मिमी

C] 0.50 मिमी

ड] 1.00 मि.मी

micrometer2   Out Side Micrometer

मायक्रोमीटर

62] मायक्रोमीटरमधील रॅचेट स्टॉप ------------ मदत करते.

अ] दाबनियंत्रितकरा

ब] स्पिंडल लॉक करा

C] शून्य त्रुटी समायोजित करा

ड] कामाचा तुकडा धरा

63] 1000 मायक्रॉन म्हणजे ------------

अ] 1 मि.मी

ब] १ मी

क] 1000 मिमी

ड] 10 सें.मी

64] मायक्रोमीटरच्या बाहेरील 50-75 मिमीचे शून्य वाचन किती आहे?

अ] 0.000 मिमी

ब] 0.01 मिमी

क] 25.00 मिमी

ड] 50.00 मिमी

65] मायक्रोमीटरच्या बाहेरील मेट्रिकच्या स्लीव्हवरील सर्वात लहान भागाचे मूल्य ----- आहे.

अ] 0.50 मिमी

ब] 1.00 मिमी

क] 1.50 मिमी

ड] 2.00 मिमी

66] मायक्रोमीटरमधील रॅचेट स्टॉप --------- मदत करते.

अ] दाबनियंत्रितकरा

ब] स्पिंडल लॉक करा

C] शून्य त्रुटी समायोजित करा

ड] कामाचा तुकडा धरा

67] डेप्थ मायक्रोमीटरची किमान संख्या आहे

अ] 0.5 मिमी

ब] 0.2 मिमी

C] 0.001 मिमी

ड] 0.01 मिमी

Depth micrometer 1   Depth Micrometer

खोली मायक्रोमीटर

68] व्हर्नियर कॅलिपरची सर्वात कमी संख्या आहे (मुख्य स्केल = 49 विभाग, व्हर्नियर स्केल = 50 विभाग]

अ] 0.1 मिमी

ब] 0.01 मिमी

C] 0.001 मिमी

ड] 0.02 मिमी

vernier calliper 1   Vernier Caliper 1

व्हर्नियर कॅलिपर

69] व्हर्नियर कॅलिपर वापरून केलेल्या मोजमापाचा प्रकार ------- आहे.

अ] थेट मोजमाप

ब] अप्रत्यक्षमापन

क] ९०“] (अ] ८१ (ब]

ड] यापैकी नाही

70] व्हर्नियर बेव्हल प्रोट्रॅक्टरची सर्वात कमी गणना आहे...

अ] १"

B] 5'

क] 1०

ड] 5०

71] व्हर्नियर बेव्हल प्रोट्रॅक्टरचा भाग जो सामान्यतः कोन मोजण्यासाठी संदर्भ आधार म्हणून वापरला जातो ...

अ] ब्लेड

ब] साठा

क] डिस्क

क] मुख्य प्रमाण

vernier bevel protractor
3

Vernier Bevel
Protractor

व्हर्नियर बेव्हल प्रोट्रेक्टर

72] व्हर्नियर बेव्हल प्रोटेक्टरचा भाग ज्यावर मुख्य प्रमाणात विभाजने चिन्हांकित केली जातात ...

अ] साठा

ब] डायल करा

क] डिस्क

ड] समायोज्य ब्लेड

73] बेव्हल प्रोट्रॅक्टरचा भाग, जो मापन करताना कलते पृष्ठभागाच्या संपर्कात येतो...

अ] ब्लेड

ब] साठा

क] डिस्क

ड] डायल

74] व्हर्नियर बेव्हल प्रोट्रॅक्टरच्या मुख्य स्केलच्या प्रत्येक भागाचे मूल्य आहे...

अ] ५'

ब] 1०

क] 5०

ड] 10०

75] बेव्हल प्रोट्रॅक्टरच्या व्हर्नियर स्केलच्या प्रत्येक भागाचे मूल्य आहे...

अ] 1०

ब] 1०5‘

C] 1०55’

D] 5‘

76] टेपर शँक ड्रिल मशीनवर याद्वारे धरले जातात ...

अ] चक

ब] बाही

क] वाहून जाणे

ड] वाइस

taper shank drills

drilling machine

77] ड्रिल चक्स ड्रिलिंग मशीनच्या स्पिंडलवर एका... द्वारे बसवले जातात.

अ] नर्ल्ड रिंग

ब] आर्बर

क] वाहून जाणे

ड] पिनियन आणि किल्ली

78] ड्रिल्सवर दिलेला मोर्स टेपर...

A] MT 1 ते MT 5

ब] MT 1 ते MT 4

C] MT 0 ते MT 5

D] MT 0 ते MT 4

79] ड्रिफ्टचा वापर यासाठी केला जातो...

अ] ड्रिल स्थान काढणे

ब] मशीन स्पिंडलवर चक फिक्स करणे

क] कामातून तुटलेली ड्रिल काढणे

ड] मशीनस्पिंडलमधूनड्रिलकाढणे

80] जेव्हा ड्रिलची टेपर शँक मशीनच्या स्पिंडलपेक्षा मोठी असते, तेव्हा ड्रिल ठेवण्याचे साधन म्हणजे...

अ] ड्रिल स्लीव्ह

ब] टेपरसॉकेट

क] ड्रिल ड्रिफ्ट

ड] चक आणि कि

81] ड्रिलिंग मशीनमध्ये सौम्य स्टील ड्रिल करण्यासाठी योग्य कटिंग फ्लुइड आहे...

अ] सिंथेटिक विद्रव्य तेल

ब] स्वच्छ तेल

क] डिस्टिल्ड वॉटर

ड] विद्राव्यतेल

82] रेडियल ड्रिलिंग मशीनचे एक विशेष वैशिष्ट्य आहे...

अ] हे एचएसएस ड्रिलसह ड्रिलिंगसाठी वापरले जाऊ शकते

ब] टेबल कोणत्याही स्थितीत हलवले आणि सेट केले जाऊ शकते

C] वेगाची विविधता उपलब्ध आहे

ड] स्पिंडलकोणत्याहीस्थितीतआणलेजाऊशकते

piller

drilling machine   drilling-machine-spindle

83] ड्रिलचा बिंदू कोन यावर अवलंबून असतो...

अ] ड्रिलचा आकार

ब] यंत्राचा प्रकार

क] कामाचेसाहित्य

D] ड्रिलचा RPM

84] मानक ड्रिलसाठी बिंदू कोन आहे...

अ] 60॰

ब] 108॰

क] 118॰

ड] 135॰

85] हेलिकल कोन ठरवतो...

अ] कटिंग अँगल

ब] कोन चघळणे

क] <u>रेककोन</u>

ड] ओठांचा कोन

86] ड्रिलचा क्लिअरन्स कोन दरम्यान आहे...

अ] 3॰ ते 5॰

ब] <u>8॰ ते 12॰</u>

क] 12॰ ते 20॰

ड] 15॰ ते 20॰

87] दुर्गम ठिकाणी (वीज उपलब्ध नाही] रेल्वे ट्रॅक ड्रिल करायचा आहे. योग्य ड्रिलिंग मशीन निवडा

अ] रेडियल ड्रिलिंग मशीन

ब] पिलर ड्रिलिंग मशीन

क] <u>रॅचेटड्रिलिंगमशीन</u>

ड] संवेदनशील ड्रिलिंग मशीन

drilling   drilling machine

ड्रिलिंग

88] कॅबिनेट बनवण्यासाठी सुताराने वापरलेले ड्रिलिंग मशीन म्हणजे...

अ] रॅचेट ड्रिलिंग मशीन

ब] रेडियल ड्रिलिंग मशीन

क] <u>स्तनड्रिलिंगमशीन</u>

ड] संवेदनशील ड्रिलिंग मशीन

89] वीज उपलब्ध नसलेल्या ठिकाणी छिद्र पाडण्यासाठी खालीलपैकी कोणते ड्रिलिंग मशीन वापरले जाते?

अ] बेंच ड्रिलिंग मशीन

ब] पिलर ड्रिलिंग मशीन

क] ड्रिलिंग मशीन पुन्हा डायल करा

D]रॅचेटड्रिलिंगमशीन

90] खालीलपैकी कोणते ड्रिलिंग मशीन हेवी ड्युटी कामासाठी वापरले जाते?

अ] बेंच ड्रिलिंग मशीन

ब] पिलर ड्रिलिंग मशीन

क] रेडियलड्रिलिंगमशीन

ड] इलेक्ट्रिक हँड ड्रिलिंग मशीन

91] ड्रिल चक मशीनच्या स्पिंडलवर ------ च्या माध्यमातून धरले जातात.

अ] आर्बर

ब] वाहून जाणे

क] ड्रॉ-इन बार

ड] चक नट

92] संवेदनशील बेंच ड्रिलिंग मशीनमध्ये ---- द्वारे भिन्न वेग प्राप्त केले जातात.

अ] बेल्टपुलीयंत्रणा

ब] हायड्रोलिक यंत्रणा

क] रॅक आणि पिनियन यंत्रणा

ड] कॅम आणि अनुयायी यंत्रणा

93] आवश्यक गुणधर्म मिळविण्यासाठी स्टीलची रचना बदलण्यासाठी गरम आणि थंड करण्याच्या प्रक्रियेला म्हणतात.

अ] कडक होणे

ब] सामान्यकरणे

क] उष्णता उपचार

ड] टेंपरिंग

94] एनीलिंगचा मुख्य उद्देश आहे

अ] कडकपणा वाढवा

ब] कणखरपणा वाढवा

क] यंत्रक्षमतासुधारणे

ड] विकृती सुधारणे

95] स्टीलचे सामान्यीकरण करण्याचा उद्देश ----------- आहे.

अ] प्रेरितताणकाढूनटाका

ब] जनुक सुधारणे आणि ठिसूळपणा कमी करणे

क] धातू मऊ करणे

ड] पृष्ठभाग वाढवा?

96] खालीलपैकी कोणती प्रक्रिया बाह्य 5" एनीलिंगसाठी कठोर करण्यासाठी वापरली जाते

अ] कडक होणे

ब] टेंपरिंग

क] केसकडकहोणे

ड] अश्रू पृष्ठभाग

97] टफ आणि ductIle कोर आणि हार्ड ou असलेले घटक तयार करण्याचा उद्देश...... म्हणून ओळखला जातो.

अ] कडक होणे

ब] केसकडकहोणे

क] टेंपरिंग

ड] एनीलिंग

98] हार्डनिंग करताना उच्च कार्बन स्टीलचे कमी गंभीर तापमान ---------- असते

A] 9600C

ब] 900° से

c] 7230 इ.स

D] 56O C

99] संरचना बदलण्याची आणि अशा प्रकारे गरम आणि थंड करून गुणधर्म बदलण्याची प्रक्रिया म्हणून ओळखली जाते.

अ] उष्णताउपचार

ब] मिश्रधातू

क] टेंपरिंग

ड] यापैकी नाही

100] धान्य रचना शुद्ध करण्यासाठी खालीलपैकी कोणती उष्णता उपचार प्रक्रिया अवलंबली जाते.

अ] एनीलिंग

ब] कडक होणे

क] टेंपरिंग

ड] सामान्यकरणे

101] लोखंड आणि पोलादावर ॲनिलिंग केले जाते ---------

अ] अंतर्गत ताण दूर करण्यासाठी

ब] कडकपणा कमी करण्यासाठी

क] यंत्रक्षमता सुधारण्यासाठी

ड] हेसर्व

102] खालीलपैकी कोणते उष्मा उपचाराच्या टप्प्यांत येत नाही?

अ] गरम करणे

ब] स्वच्छता

क] शमन करणे

ड] भिजवणे

20] धातू 02

103] तोफा धातू हा तांब्याचा मिश्र धातु आहे, -----------

अ] कथीलआणिजस्त

ब] शिसे आणि जस्त

क] झिंक आणि निकेल

ड] शिसे आणि निकेल

104] गटर, छताचे फ्लॅशिंग, हुड इत्यादी बनवण्यासाठी.

अ] गॅल्वनाइज्ड लोह

ब] स्टेनलेस स्टील

क] तांब्याचे पत्र

ड] धातूची पत्रके

105] डेअरी मध्ये. फूड प्रोसेसिंग, किचन वेअर इ.

अ] गॅल्वनाइज्ड लोह

ब] स्टेनलेस स्टील

क] तांब्याचे पत्र

ड] धातूची पत्रके

106] बादल्या, हीटिंग डक्ट, कॅबिनेट इत्यादी बनवण्यासाठी.

अ] गॅल्वनाइज्ड लोह

ब] स्टेनलेस स्टील

क] तांब्याचे पत्र

ड] धातूची पत्रके

107] एका शीटमध्ये अनेक छिद्र पाडणे याला काय म्हणतात?

अ] छिद्रपाडणे

ब] विभक्त होणे

c] नॉचिंग

ड] लॅन्सिंग

108] शीटचे दोन किंवा अधिक तुकडे करणे याला काय म्हणतात?

अ] छिद्र पाडणे

ब] विभक्तहोणे

c] नॉचिंग

ड] लॅन्सिंग

109] कातरण्याच्या ऑपरेशनमध्ये काठावरुन तुकडे काढणे याला काय म्हणतात?

अ] छिद्र पाडणे

ब] विभक्त होणे

c] नॉचिंग

ड] लॅन्सिंग

110] कोणतेही साहित्य न काढता टॅब सोडणे याला काय म्हणतात?

अ] छिद्र पाडणे

ब] विभक्त होणे

c] नॉचिंग

ड] लॅन्सिंग

111] एका लहान सरळ पंचाला वर आणि खाली वेगाने डायमध्ये हलवणे ही प्रक्रिया कोणत्या नावाने ओळखली जाते?

अ] छिद्र पाडणे

ब] विभक्त होणे

c] निबलिंग

ड] लॅन्सिंग

112] पत्र्याची जाडी जसजशी वाढेल तसतसे क्लिअरन्सही लागेल का?

अ] वाढ

ब] कमी होणे

c] प्रभाव नाही

ड] प्रथम घट मग वाढ

113] बेव्हलिंग विशेषतः कातरणे योग्य आहे?

अ] पातळ रिक्त जागा

b] जाडरिक्तजागा

c] अतिशय पातळ रिक्त जागा

ड] उल्लेखित पैकी काहीही नाही

114] खालीलपैकी कोणता डायचा प्रकार आहे?

अ] साधा मृत्यू

ब] प्रगतीशील मरतात

c] कंपाऊंड डाय

ड] उल्लेखितसर्व

115] खालीलपैकी कोणता डाय ब्लँकिंग, पंचिंग, नॉचिंग इत्यादी अनेक ऑपरेशन्स करू शकतो?

अ] साधा मृत्यू

ब] <u>प्रगतीशीलमरतात</u>

c] कंपाऊंड डाय

ड] उल्लेखित पैकी काहीही नाही

116] जसजसे क्लिअरन्स वाढत जाईल, पंच बल आवश्यक आहे?

अ] <u>कमीहोते</u>

ब] वाढते

c] समान राहते

d] प्रथम वाढते नंतर कमी

117] HSS फोर्जिंगसाठी कमाल तापमान ------------- अंश आहे.

अ] 1200

ब] 100

<u>क] 1100</u>

ड] 1500

118] एनीलिंगचा मुख्य उद्देश ----------- आहे.

<u>अ] यंत्रक्षमतासुधारण्यासाठी</u>

ब] चुंबकत्व सुधारण्यासाठी

क] कडकपणा वाढवण्यासाठी

ड] कणखरपणा वाढवण्यासाठी

119] HSS टूलमधील कार्बन टक्केवारी ------- आहे

<u>अ] ०.७५ते१.००%</u>

ब] 1.00 ते 2.00 00

क] ०.६० ते ०.७५%

ड] ०.०२ ते ०.०३ %.

120] खालीलपैकी कोणता धातूचा लवचिक विकृतीचा प्रतिकार आहे?

अ] लवचिकता.

ब] ताकद

<u>क] कडकपणा</u>

ड] कणखरपणा

121] कॅनरी आणि रासायनिक वनस्पतींमध्ये मेटल शीट्स

अ] गॅल्वनाइज्ड लोह

ब] <u>स्टेनलेस स्टील</u>

क] तांब्याचे पत्र

ड] धातूची पत्रके

1 22] मिश्रधातूचे पोलाद, चांगले संक्षारक प्रतिकार आणि वेल्ड सहज

अ] काळे लोखंड

ब] गॅल्वनाइज्ड लोह

क] <u>स्टेनलेस स्टील</u>

ड] ॲल्युमिनियम

123] सर्वात स्वस्त, कोणत्याही इच्छित जाडीवर आणले जाऊ शकते

अ] <u>काळे लोखंड</u>

ब] गॅल्वनाइज्ड लोह

क] स्टेनलेस स्टील

ड] ॲल्युमिनियम

124] गंज तेजस्वी चांदीच्या देखावा विरुद्ध प्रतिकार

अ] काळे लोखंड

ब] <u>गॅल्वनाइज्ड लोह</u>

क] स्टेनलेस स्टील

ड] ॲल्युमिनियम

125] झपाट्याने खराब होते. निळसर काळा रंग

अ] <u>काळे लोखंड</u>

ब] गॅल्वनाइज्ड लोह

क] स्टेनलेस स्टील

ड] ॲल्युमिनियम

126] स्टडच्या व्यासाच्या निम्म्याएवढे आंधळे भोक ड्रिल करा. हे टूल भोकमध्ये घाला आणि हे घड्याळाच्या उलट दिशेने वळवून स्टड काढा.

अ] प्रिक पंच पद्धत

ब] फाइलिंग स्क्वेअर खूप मि.मी

C] <u>चौरस टेपर पंच वापरणे</u>

ड] इझी-आउट पद्धत

127] स्टड पृष्ठभागाजवळ तुटल्यास, स्टड काढण्यासाठी ही पद्धत वापरा.

अ] <u>प्रिक पंच पद्धत</u>

ब] फाइलिंग स्क्वेअर खूप मि.मी

क] चौरस टेपर पंच वापरणे

ड] इझी-आउट पद्धत

128] जेव्हा स्टड पृष्ठभागावर थोडासा तुटलेला असतो तेव्हा ही पद्धत स्टड काढण्यासाठी वापरली जाते.

अ] फाइलिंग स्क्वेअर खूप मि.मी

ब] चौरस टेपर पंच वापरणे

क] इझी-आउट पद्धत

ड] ड्रिल भोक करणे

129] तुटलेला स्टड काढण्यासाठी या पद्धतीत एक विशेष साधन वापरले जाते.

अ] प्रिक पंच पद्धत

ब] फाइलिंग स्क्वेअर खूप मि.मी

क] चौरस टेपर पंच वापरणे

ड] इझी-आउट पद्धत

130] पसरलेल्या स्टडला चौकोनी स्वरूपात फाइल करा आणि ते काढा.

अ] प्रिक पंच पद्धत

ब] फाइलिंग स्क्वेअर खूप मि.मी

क] चौरस टेपर पंच वापरणे

ड] इझी-आउट पद्धत

131] अमोनियम क्लोराईडचा वापर सोल्डरिंगसाठी फ्लक्स म्हणून केला जातो ...

अ] स्टील

ब] ॲल्युमिनियम

क] गॅल्वनाइज्ड लोह

ड] स्टेनलेस स्टील

132] एमएस शीट्सचे सोल्डरिंग तापमानात होते...

अ] 150∘C

ब] 250∘C

C] 400∘C

ड] 850∘C

133.] सोल्डरिंग ऑपरेशनमध्ये बेस मेटल...

A.] गरमहोतनाही

B.] 200∘C पर्यंत गरम

C.] 650∘C पर्यंत गरम

D.] लाल गरम स्थितीत गरम

134] शीट्स जाड प्लेट्समध्ये जोडण्यासाठी रिवेट्स.

अ] काउंटरस्कंक हेड

ब] सपाट डोके

क] पॅन डोके

ड] मशरूम

135] शीट मेटल जोडण्यासाठी रिवेट्स.

अ] काउंटरस्कंक हेड

ब] <u>सपाट डोके</u>

क] पॅन डोके

ड] मशरूम

136] हेवी फॅब्रिकेशन कामासाठी रिवेट्स.

अ] काउंटरस्कंक हेड

ब] सपाट डोके

क] <u>पॅन डोके</u>

ड] मशरूम

137] साठी रिवेट्स मेटा\ पृष्ठभागावरील रिव्हेटच्या डोक्याची उंची कमी करते

अ] काउंटरस्कंक हेड

ब] सपाट डोके

क] पॅन डोके

ड] <u>मशरूम</u>

138] सामान्यतः संरचनात्मक कामासाठी वापरल्या जाणार्‍या रिवेट्स.

अ] काउंटरस्कंक हेड

ब] सपाट डोके

क] पॅन डोके

ड] <u>स्नॅप डोके</u>

139] 10 मिमी एमएस प्लेट गॅस कापण्यासाठी ऑसिटिलीन वायूचा दाब...

A.] <u>0.15 kgf/cm2</u>

B.] 0.5 kgf/cm2

C.] 1.0 kgf/cm2

D.] 1.5 kgf/cm2

140] 10 मिमी जाड सौम्य स्टील कापण्यासाठी तुम्ही कोणत्या आकाराच्या कटिंग नोजलची निवड कराल?

A.] 0.8 मिमी

B.] <u>1.2 मिमी</u>

C.] 1.6 मिमी

डी.] 2.0 मिमी

141] उजवीकडील वेल्डिंग तंत्राच्या बाबतीत फिलर रॉडचा कोन आहे...

A.] 10 ते 20०

B.] 20 ते 30∘

C.] <u>30 ते 40∘</u>

ड.] 40 ते 50∘

142] गॅस वेल्डिंगच्या उच्च दाब प्रणालीचा एक फायदा म्हणजे...

A.] ते स्वस्त आहे

ब.] <u>तेपोर्टेबलआहे</u>

सी.] ते कमी धोकादायक आहे

डी.] यासाठी कुशल वेल्डरची आवश्यकता नाही

143] गॅस रेग्युलेटरचे कार्य आहे...

अ.] विविध प्रकारच्या ज्वाला मिळवा

B.] आवश्यक प्रमाणात वायू मिसळा

C.] ब्लो पाईपमध्ये वाहणाऱ्या वायूचे प्रमाण बदला

डी.] <u>कामाचादबावसेटकरा</u>

gas welding

Oxy Acetylene Welding

144] लॅप फिलेट जॉइंटला उभ्या स्थितीत वायूद्वारे वेल्डिंगसाठी वेल्डच्या रेषेला खालील पाईपचा कोन किती असावा?

A.] 30० ते 40०

B.] 45० ते 50०

C.] 60० ते 70०

ड.] <u>75० ते 80०</u>

145] स्फोट टाळण्यासाठी एसिटिलीन वायू पास करण्यासाठी कोणत्या धातूच्या पाईपचा वापर करू नये?

अ.] गॅल्वनाइज्ड लोह

ब.] स्टेनलेस स्टील

C.] सौम्य पोलाद

ड.] <u>कूपर</u>

146] ॲसिटिलीन वायूमध्ये कार्बनची टक्केवारी आहे...

A.] 99%

B.] <u>९२.३%</u>

सी.] ८९.१%

डी.] ८५.३%

147] ॲसिटिलीन वायूचा समावेश होतो

A.] कॅल्शियम, कार्बन आणि हायड्रोजन

B.] कॅल्शियम आणि हायड्रोजन

C.] कॅल्शियम, कार्बन, हायड्रोजन आणि ऑक्सिजन

D.] <u>कार्बनआणिहायड्रोजन</u>

148] एसिटिलीन प्युरिफायरमध्ये सल्फरेटेड आणि फॉस्फोरेटेड हायड्रोजन द्वारे काढून टाकले जाते ...

अ.] प्युमिस

ब.] पाणी

C.] फिल्टर लोकर

डी.] <u>शुद्धकरणारेरसायने</u>

149] गॅस वेल्डिंगमधील फ्लक्सचे एक कार्य म्हणजे...

A.] <u>धातूचेऑक्साईडविरघळतात</u>

B.] मानसिक वितळण्याचा बिंदू कमी करा

C.] ज्वालाचे तापमान वाढवा

ड.] मुळांचा प्रवेश वाढवा

150] गॅस वेल्डिंगसाठी फ्लक्सची निवड खालीलपैकी कोणत्या घटकांवर अवलंबून असते?

A.] <u>सामीलहोण्यासाठीसामग्रीचाप्रकार</u>

B.] धार प्रवेशाचा प्रकार

C.] इंधन वायूचा प्रकार

ड.] ज्वालाचा प्रकार वापरला

151] 300 मिमी लांब कॉपर बट जॉइंट गॅस वेल्डिंगसाठी आवश्यक विचलन भत्ता...

A.] 1 ते 2 मि.मी

B.] 2 ते 3 मि.मी

C.] 3 ते 4 मि.मी

ड.] 4 ते 5 मि.मी

152] 4 मिमी जाड कॉपर बट जॉइंट गॅस वेल्डिंगसाठी धार तयार करण्याचा प्रकार आहे
...

अ.] एकच बेवेल

ब.] एकलवि

क.] दुहेरी वि

ड.] चौकोन

153] गॅस वेल्ड करण्यासाठी वापरल्या जाणाऱ्या नोजलचा आकार 3.15 मिमी जाड अॅल्युमिनियम बट जॉइंट आहे ...

A.] १३

ब.] १०

सी.] ७

डी.] ५

154] अॅल्युमिनियमच्या गॅस वेल्डिंगसाठी प्रीहिटिंग तापमानाचे मूल्य काय आहे?

A.] 100 ते 120∘C

B.] 150 ते 180∘C

C.] 180 ते 200∘C

D.] 210 ते 250∘C

155] पाईप टी जॉइंटचे लीक प्रूफ सांधे तयार करण्यासाठी आणि पूर्ण करण्यासाठी वापरल्या जाणाऱ्या साधनाचे नाव सांगा

अ.] चर

ब.] सेट हातोडा

क.] क्रिझिंग हातोडा

ड.] गोल तळाशी भाग

156] कास्ट आयर्न वेल्डिंगसाठी सिंगल वीच्या वी ग्रूव्हचा कोन परंतु संयुक्त ...

A.] 60∘

B.] 70∘

C.] 80∘

ड.] 90०

157] शील्ड मेटल आर्क वेल्डिंगचे वर्गीकरण या प्रक्रिये अंतर्गत केले जाते ...

A.] इलेक्ट्रिक रेझिस्टन्स वेल्डिंग

ब.] विशेष जोडणी

सी.] इलेक्ट्रिकआर्कवेल्डिंग

डी.] इलेक्ट्रो गॅस वेल्डिंग

158] इलेक्ट्रोड होल्डरचा आकार कसा सांगायचा?

A.] त्याच्या वजनाने

B.] त्याच्या आकारानुसार

C.] त्याच्यावर्तमानवहनक्षमतेनुसार

डी.] ते तयार करण्यासाठी वापरल्या जाणाऱ्या धातूद्वारे

159] 3.15 मिमी मध्यम लेपित सौम्य स्टील इलेक्ट्रोडसाठी वर्तमान संच आहे...

A.] 50 ते 80 amp

ब.] 90 ते 120 amp

C.] 120 ते 150 amp

ड.] 150 ते 170 amp

160] एक लांब चाप वापरला जातो ...

A.] कमी हायड्रोजन इलेक्ट्रोडसह वेल्डिंग

ब.] क्षैतिज स्थिती

C.] प्लगकिंवास्लॉटवेल्डिंग

ड.] कास्ट आयर्न वेल्डिंग

161] इलेक्ट्रोडचा प्रवास वेग जास्त असल्यास, टी फिलेट जॉइंटवर कोणत्या प्रकारचे वेल्ड दोष आढळतात?

अ.] ओव्हरलॅप

ब.] स्लॅग समावेश

C.] जास्त मजबुतीकरण

ड.] मूळप्रवेशाचाअभाव

162] कव्हरिंग/फायनल रनमध्ये इलेक्ट्रोडच्या अयोग्य विणकामामुळे लॅप फिलेट जॉइंटवर कोणता वेल्ड दोष आढळतो?

अ.] तडा

ब.] अंडरकट

C.] संलयनाचा अभाव

D.] प्लेटचीधारवितळली

163] ऑक्सी-आर्क कटिंग प्रक्रियेत खालीलपैकी कोणता वापरला जातो?

A.] फ्लक्स लेपित घन इलेक्ट्रोड

B.] बेअर वायर ट्यूबलर इलेक्ट्रोड

C.] <u>फ्लक्सलेपितट्यूबलरइलेक्ट्रोड</u>

D.] बेअर टंगस्टन आर्क कटिंग इलेक्ट्रोड

164] कार्बन आर्क कटिंग उपकरणातील इलेक्ट्रोड होल्डर बनलेला असतो...

A.] साधे कार्बन स्टील

B.] गॅल्वनाइज्ड लोह

C.] <u>ॲल्युमिनियम</u>

ड.] तांबे

165] टॅपर शँक ड्रिल मशीनवर याद्वारे धरल्या जातात ...

A. चक्स

B. <u>बाही</u>

C. वाहून नेणे

डी. व्हाइस

166] ड्रिल चक्स ड्रिलिंग मशीनच्या स्पिंडलवर एका... द्वारे बसवले जातात.

अ.] गुरगुरलेली अंगठी

ब.] <u>आर्बर</u>

क.] वाहून जाणे

ड.] पिनियन आणि किल्ली

167] ड्रिल्सवर दिलेला मोर्स टेपर...

A.] <u>MT 1 ते MT 5</u>

B.] MT 1 ते MT 4

C.] MT 0 ते MT 5

ड.] MT 0 ते MT 4

168] ड्रिफ्टचा वापर यासाठी केला जातो...

अ.] ड्रिल स्थान काढणे

ब.] मशीनच्या स्पिंडलवर चक फिक्स करणे

क.] कामातून तुटलेली कवायत काढणे

ड.] <u>मशीनस्पिंडलमधूनड्रिलकाढणे</u>

169] जेव्हा ड्रिलचा टेपर शँक मशीनच्या स्पिंडलपेक्षा मोठा असतो, तेव्हा ड्रिल ठेवण्याचे साधन म्हणजे...

अ.] ड्रिल स्लीव्ह

ब.] <u>टेपरसॉकेट</u>

क.] ड्रिल ड्रिफ्ट

ड.] चक आणि कि

170] सॉकेट स्क्रू हेड सामावून घेण्यासाठी छिद्राचा शेवट मोठा करण्याची प्रक्रिया आहे...

अ.] रीमिंग

ब.] स्पॉट फेसिंग

क.] <u>काउंटरकंटाळवाणे</u>

ड.] काउंटर बुडणे

171] स्पॉट फेसिंग ऑपरेशनसाठी वापरलेले योग्य साधन आहे...

अ.] रिमर

ब.] काउंटर सिंक

सी.] <u>फ्लायकटर</u>

ड.] लेथ टूल

172] सेंटर ड्रिलिंग हे एक ऑपरेशन आहे...

अ.] <u>ड्रिलिंगआणिकाउंटरसिंकिंग</u>

ब.] ड्रिलिंग आणि काउंटर कंटाळवाणे

क.] ड्रिलिंग करण्यापूर्वी केंद्र स्थान चिन्हांकित करणे

ड.] छिद्राचा व्यास मोठा करणे

173] आर्बर किंवा मॅन्डरेलसह वापरल्या जाणार्‍या अक्षीय छिद्रासह लहान रेमर म्हणतात -------

अ] समांतर रेमर

ब] समायोज्य रिमर

क] विस्तार रीमर

ड] <u>चकिंगरिमर</u>

reamer 1   Reamers

रिमर

174] खालीलपैकी कोणता मशीन रीमरचा वापर रीमर अक्ष आणि कार्य अक्ष यांच्यातील चुकीचे संरेखन दुरुस्त करण्यासाठी केला जातो?

अ] <u>फ्लोटिंगब्लेडरिमर</u>

ब] मशीन जिग रिमर.

क] शेल रिमर

ड] चकिंग रिमर

175] टॅप बारीक करून पुन्हा तीक्ष्ण केले जातात -----

अ] झोपड्या

ब] धागे

क] व्यास

ड] आराम

176] 50 मेट्रिक खडबडीत धागा M12 x 125 म्हणून नियुक्त केला आहे '12' काय दर्शवते?

अ] प्रमुखव्यास

ब] रूट व्यास

क] खेळपट्टीचा व्यास

ड] रिक्त व्यास

177] 3 अक्षांश 'मिमी पिच 120 वर 3 मिमी पिच कापण्यासाठी आवश्यक बदल गीअर्स शोधा.

अ] ड्रायव्हर / चालवलेला =.455/120

ब] ड्रायव्हर/चालित = 60/120

क] ड्रायव्हर / चालवलेला = 80/120

D] ड्रायव्हर/ चालवलेले 2 40/80 पैकी 5 मिमी

178] लेथ havmg लीड स्क्रू पिचवर 1 5 मिमी पिच कापण्यासाठी आवश्यक गीअर्सची गणना करा

A] ड्रायव्हर / चालवलेला -_20/100

ब] ड्रायव्हर/चालित = 30/100

C] ड्रायव्हर / चालविले = 40/120

D] ड्रायव्हर/चालित = 60/120

179] लगतच्या धाग्याच्या दोन बाजूंना जोडणाऱ्या वरच्या पृष्ठभागाला म्हणतात

अ] क्रेस्ट

ब] मूळ

क] पार्श्वभाग

ड] धागा कोन आहे

thread2   screw threads

धागा

180] ISO मेट्रिक थ्रेडचा समाविष्ट केलेला कोन -------- आहे.

अ] 27 1 /2°

ब] ३०°

C] 55°

ड] ६०°

181] खालीलपैकी कोणत्या स्क्रू थ्रेड फॉर्ममध्ये थ्रेड्सच्या फ्लँक्समध्ये 55° कोन समाविष्ट आहे?

अ] बीएधागा

ब] एक्मे धागा

क] बट्रेस धागे

ड] पोर धागा

182] खालीलपैकी कोणते फक्त धाग्याचे योग्य स्वरूप पूर्ण करण्यासाठी आणि राखण्यासाठी वापरले जाते?

एकनळ

ब] थ्रेडिंग साधन

क] थ्रेडिंग चेझर

ड] टिपलेले साधन

183] कोन 0f lS धागा (V आकाराचा] ---------- आहे

अ] २९°

ब] ४७ १/४°

C] 50°

ड] 60

184] खालीलपैकी कोणत्या पद्धतीमध्ये फक्त बाह्य धागे तयार केले जातात -------

अ] फॉर्म टूल mEthOd

ब] कंपाऊंड विश्रांती पद्धत

क] टेलस्टॉकऑफसेटपद्धत

ड] टेपर टर्निंग संलग्नक पद्धत.

185] शिखा आणि धाग्याचे मूळ यांना जोडणारा पृष्ठभाग ---- म्हणून ओळखला जातो.

अ] पार्श्वभाग

ब] शंक

क] खेळपट्टीचा पृष्ठभाग

ड] या सर्व

186] दोन स्टार्ट थ्रेडची पिच 4 मिमी आहे. मग थ्रेडची लीड ----- यांनी दिली आहे.

अ] 4 मि.मी

ब] 2 मि.मी

क] 8 मि.मी

ड] 6 मि.मी

187] सिंगल पॉइंट कटिंग टूल वापरून लीड स्क्रू पिच असलेल्या लेथवर 2.5 मिमीचा स्क्रू थ्रेड कापण्यासाठी आवश्यक गियर प्रमाण ---- आहे.

अ] १:२

ब] २:१

C] 1:1 मिमी

188] एक मृत्यू ज्यामध्ये एका स्ट्रोकमध्ये एकापेक्षा जास्त कटिंग ऑपरेशन्स तयार होतात

अ] छेदून मरणे

ब] पुरोगामी मरतात

क] संयोजन मरतात

ड] कंपाऊंड मरणे

189] एक डाय ज्यामध्ये प्रत्येक स्ट्रोकमध्ये कटिंग आणि नॉन कटिंग ऑपरेशन्स केल्या जातात.

अ] छेदून मरणे

ब] पुरोगामी मरतात

क] संयोजन मरतात

ड] कंपाऊंड मरणे

tap and die1   Tap Die

डाय टॅप करा

190] एक मृत्यू ज्यामध्ये कामावर दोन किंवा अधिक स्थानकांवर दोन किंवा अधिक अनुक्रमिक ऑपरेशन केले जातात.

अ] छेदून मरणे

ब] **पुरोगामी मरतात**

क] संयोजन मरतात

ड] कंपाऊंड मरणे

191] एक डाय ज्यामध्ये पंच आणि डायचे आकार कमी किंवा कोणत्याही धातूच्या प्रवाहासह थेट धातूमध्ये पुनरुत्पादित केले जातात.

अ] पुरोगामी मरतात

ब] संयोजन मरतात

क] कंपाऊंड मरतात

ड] **फॉर्मिंग मरणे**

192] कोणत्याही आकाराची छिद्रे तयार करण्यासाठी डाय वापरला जातो.

अ] **छेदून मरणे**

ब] पुरोगामी मरतात

क] संयोजन मरतात

ड] कंपाऊंड मरणे

193] अपघर्षकांचे वर्गीकरण .... मध्ये केले जाते.

अ] **दोनप्रकार**

ब] तीन प्रकार

c] एक प्रकार

ड] चार प्रकार

194] -------------------- वरून बनवलेली ग्राइंडिंग व्हील्स सर्वात सामान्य आहेत कारण त्याच्या मुक्त आणि थंड कटिंग क्रियेमुळे.

अ] **अॅल्युमिनियमऑक्साईड**

ब] सिलिकॉन ऑक्साईड

C] अमोनियम ऑक्साईड

ड] कार्बाइड.

195] खालीलपैकी कोणता अपघर्षक बहुधा धातू नसलेल्या वस्तू कापण्यासाठी चाके कापण्यासाठी वापरला जातो?

अ] ॲल्युमिनियम ऑक्साईड

ब] सिलिकॉनकार्बाइड

क] हिरा

ड] वरीलपैकी नाही

196] टंगस्टन कार्बाइड टूल इन्सर्ट पीसण्यासाठी कोणता अपघर्षक कण वापरला जातो?

अ] सिलिकॉनकार्बाइड

ब] ए|२०३

क] हिरा

ड] कोरंडम

197] खालीलपैकी कोणते नैसर्गिक अपघर्षक आहे?

अ] ॲल्युमिनियम ऑक्साईड

ब] सिलिकॉन

C] बोरॉन कार्बाइड

ड] कोरंडम

198] खालीलपैकी कोणते उत्पादित अपघर्षक आहे?

अ] कोरंडम.

ब] क्वार्ट्ज

क] सिलिकॉन

ड] एमरी

199] स्टील फिटिंग पीसण्यासाठी कोणता अपघर्षक कण वापरला जातो?

अ] सिलिकॉन कार्बाइड

ब] ॲल्युमिनियमऑक्साईड

क] हिरा.

ड] बोरॉन ऑक्साईड

200] काँक्रीटचे दगड आणि गवंडी कापण्यासाठी चाकाचा कोणत्या प्रकारचा अपघर्षक कट वापरावा?

अ] सिलिकॉन

ब] Al203

क] डायमंडग्रिट

ड] काच

201] ॲल्युमिनियम ऑक्साईड चाक पीसण्यासाठी वापरले जाते -----------

अ] कास्ट लोह

ब] सिमेंट कार्बाइड.

क] HSS‘

ड] सिरॅमिक

202] टिप केलेल्या उपकरणाच्या ऑफहँड ग्राइंडिंगसाठी योग्य हिऱ्याच्या चाकाचा बंध .... आहे.

अ] रेझिनोइड

ब] विट्रिफाइड

क] शेलॅक

ड] धातू

Grinding wheels 1   bench grinder-wheel

ग्राइंडिंग व्हील

203] खालीलपैकी कोणते बंध सर्रास वापरले जातात?

अ] विट्रिफाइडबॉण्ड’

ब] रबर बंध

क] शेलॅक बाँड

ड] सिलिकेट बंध

204] रेझिनोइड .बॉन्डसाठी पारंपारिकपणे वापरले जाणारे चिन्ह ~~~~~~~~~ आहे.

अ] वि

ब] आर फ

क] बी

डी] इ

205] ग्राइंडिंग सराव मध्ये "ग्रेड ऑफ व्हील" या शब्दाचा संदर्भ --------‘ आहे.

अ] वापरलेल्या अपघर्षकाची कडकपणा

ब] चाकाच्याबंधाचीताकद

C] चाक 0f समाप्त करा

ड] कामाच्या तुकड्यांची कडकपणा

206] चाके कापण्यासाठी कोणते बंधन वापरले जाते?

अ] रबर

ब] विट्रिफाइड

क] Resirjoid

ड] शेलॅक

207] ग्राइंडिंग व्हीलची कडकपणा ---------- द्वारे निर्धारित केली जाते.

अ] प्रतिकारकेला. ग्राइंडिंगस्ट्रेसविरूद्धबॉण्डद्वारे

ब] अपघर्षक धान्यांची कडकपणा

क] बंधनाची कडकपणा

ड] आत प्रवेश करण्याची क्षमता

208] अत्यंत वेगाने ग्राइंडिंग व्हील सुरक्षितपणे चालवणे आवश्यक असते तेव्हा कोणता बंध वापरावा? "

अ] विट्रिफाइड

ब] शेलॅक

क] सिलिकेट

D]रेझिनोइड' आणिरबर

209] पृष्ठभाग ग्राइंडिंगमध्ये सामान्य उद्देशाच्या पृष्ठभागाच्या ग्राइंडिंगसाठी ग्राइंडिंग व्हीलच्या धान्य आकाराची योग्य श्रेणी कोणती आहे?

अ] 20 ते 36

B] 46 ते 60

क] 80 ते 120

ड] 150 ते 300

210] भारतीय मानकांनुसार, '46' हे धान्य «w.' च्या गटात येते. -----

अ] खडबडीत

ब] मध्यम

क] ठीक आहे

ड] खूप छान

211] ग्राइंडिंग व्हीलमध्ये वापरल्या जाणार्‍या ॲब्रेसिव्हचा आकार सामान्यतः ---------- द्वारे निर्दिष्ट केला जातो.

अ] कडकपणा क्रमांक

ब] चाकाचा आकार

क] अपघर्षकाची मऊपणा किंवा कडकपणा

ड] जाळीक्रमांक

212] बेंच ग्राइंडर .... साठी वापरतात.

अ] हेवी इयुटी काम

ब] जड आणि हलके काम

क] लाईटइयुटीकाम

ड] साबणाचे काम

213] बेंच ग्राइंडर .... वर बसवले जातात.

अ] पाया

ब] तक्ता.

क] व्हील गार्ड

ड] कन्व्हेयर

214] खालीलपैकी कोणते विधान बरोबर आहे?'

अ] आकारतपासण्यासाठीगेजवापरलेजातात

ब] आकार चक करण्यासाठी टेम्पलेट वापरतात

क] आकार मोजण्यासाठी गेज वापरतात

D] घटकाचा आकार तपासण्यासाठी गेज वापरतात

215] विभागात कोणत्या मानक तापमानावर गेज ठेवले जातात?

अ] 100 क

ब] 20° से

क] 100 फॅ

ड] 20° फॅ

216] वर्कशॉपमध्ये सामान्यतः कोणत्या ग्रेडचा स्लिप गेज वापरला जातो?

A] ग्रेड 0

ब] ग्रेड एल

क] ग्रेड एच

ड] ग्रेड 0

slip gauge 1   Slip Gauge

स्लिप गेज

217] भारतीय मानकांनुसार एक विशेष सेट गेज वापरला जातो

अ] 81 तुकडे

ब] 112 तुकडे

क] 120 तुकडे

D] 130 तुकडे

218] संदर्भ गेजची अचूकता आहे

अ] ०.०५ मिमी

ब] 0.01 मिमी

C] ०.००१.

ड] 0.0001 मिमी

219] स्लिप गेजवर मुंगी बुरचे केस, ते काढून टाकले पाहिजे

अ] भरणे

ब] लॅपिंग

क] खरवडणे

ड] दळणे

220] स्लिप गेजची कठोरता असावी?

A] 63 HRC पेक्षाजास्त

ब] 58 HRC

C] 55 HRC

ड] 50 HRC

221]-------------- ०.०१ मिमीच्या अचूकतेमध्ये घटक तपासण्यासाठी स्लिप गेजचा वापर केला जातो.

अ] कार्यशाळेचेगेज

ब] तपासणी मापक

क] संदर्भ गेज

ड] रिंग गेज

222], ------------ अचूक साधनाची अचूकता तपासण्यासाठी वापरले जाते.

अ] गेजब्लॉक

ब] फॅडर गेज

क] साइन बार

ड] प्लग गेज

223] अचूकता सुनिश्चित करण्यासाठी वापरण्यापूर्वी स्लिप गेज साफ केले जातात. यासाठी तुम्ही कोणते माध्यम वापराल.

अ] तेल

ब] पातळ

C]कार्बनटेट्राक्लोराईड / पांढरेपेट्रोल

ड] टर्पेन्टाइन तेल

224]समान घटकांची मितीय अचूकता तपासण्यासाठी, डायल चाचणी निर्देशक टी 6 आकारासाठी सेट केला जातो आणि तुलनाकर्ता म्हणून वापरला जातो. डायल टेस्ट इंडिकेटरवर सेट करण्यासाठी तुम्ही काय वापराल?

A] डायल टेस्ट इंडिकेटर

ब] टीटर गेज

क] स्लिपगेज

डी], पृष्ठभाग गेज

225] मोठ्या प्रमाणात उत्पादनात अदलाबदल क्षमता साध्य करण्यासाठी खालीलपैकी कोणता घटक आवश्यक आहे? .

अ].भूमितीय अचूकता.

ब] मानकीकरण

क] मितीयअचूकता

ड] पृष्ठभाग समाप्त

226] अदलाबदल क्षमता सामान्यतः लागू केली जाते? _

अ] भागांची दुरुस्ती

ब] मोठ्याप्रमाणावरउत्पादन

क] सिंगल पीस उत्पादन

ड] हे सर्व

227] जेव्हा सहिष्णुता मूळ परिमाणाच्या एका बाजूला दिली जाते तेव्हा त्याला -------- म्हणतात.

अ].सहिष्णुता प्रणाली

ब] एकतर्फीसहिष्णुता

क] द्विपक्षीय सहिष्णुता

ड] भत्ता प्रणाली

228] घटकाच्या परिमाणांचे मोजलेले आकार--------- म्हणतात.

अ] मूळ आकार

ब] नाममात्र आकार

क] अनुमत आकार

ड] वास्तविकआकार

229] रेखांकनामध्ये शाफ्टची परिमाणे 40i 0068/0042 दर्शविली आहे, सहिष्णुतेमध्ये शाफ्टचा आकार किती आहे?

अ] 4.0.64 मिमी

ब] 40.042 मिमी

C] 40.000 मिमी

ड] 39.998 मिमी

230] इन होल मूलभूत प्रणाली ----------

अ] शाफ्टचा आकार स्थिर केला जातो

ब] छिद्राचाआकारस्थिरकेलाजातो

क] छिद्रावर फक्त 'भत्ता दिला जातो

ड] परवानगीयोग्य सहिष्णुता छिद्र आणि शाफ्टवर दिली जाते

231] घटकाचा आकार 24 -0.1 असा दिला जातो. -O.1 काय सूचित करते? _

अ] वरचे विचलन + ०.१ मिमी आहे.

ब] निम्न विचलन 0.0 मिमी आहे

C] मूलभूत विचलन 0.0 मिमी आहे

D]खालचेविचलन _0.1 मिमीआहे

232] छिद्राची सहनशीलता ------- मधील फरक आहे

अ] कमाल भोक आकार आणि जास्तीत जास्त शाफ्ट आकार

ब] जास्तीतजास्तभोकआकारआणिजास्तीतजास्तभोकआकार

C] किमान छिद्र आकार आणि जास्तीत जास्त शाफ्ट आकार

ड] किमान छिद्राचा आकार आणि किमान शाफ्टचा आकार

233] ज्या छिद्राचे खालचे विचलन शून्य असते त्याला मूलभूत छिद्र म्हणतात. खालीलपैकी कोणते अक्षर मूळ छिद्र दर्शवते?

अ] इ

ब] एफ

क] ग'

डीएच

234] वरचे विचलन शून्य असलेले कोणते?

अ] Bassc शाफ्ट

ब] मूळ छिद्र

क] सहिष्णुता

ड] मंजुरी

235] शाफ्टवर बॉल बेअरिंग फिट प्रकार आहे? ,

अ] क्लिअरन्स फिट

ब] ड्रायव्हिंगफिट

क] संकोचन फिट

ड] वरीलपैकी काहीही नाही

236] BIS च्या मर्यादा आणि तंदुरुस्त प्रणालीमध्ये, सहिष्णुतेची श्रेणी संख्या चिन्हांद्वारे दर्शविली जाते आणि तेथे --------i आहेत

A] सहिष्णुतेचे 14 ग्रेड

ब] सहनशीलतेचे 16 ग्रेड

C]सहिष्णुतेचे 18 ग्रेड

ड] सहिष्णुतेचे 20 ग्रेड

237] एखाद्या उत्पादनाला गुणवत्ता असते असे म्हणतात जेव्हा ....

limit fit tolarance 1

limit fit

tolerance

फिट सहिष्णुता मर्यादित करा

अ] त्याचा आकार आणि परिमाणे आत आहेत

ब] तेवापरण्यासयोग्यआहे

क] ते खूप चांगले असल्याचे दिसून येते

ड] साहित्याची निवड योग्य आहे

238] होल'30 +0.021, 0.000 आणि शाफ्ट 30 -0.110, 0.143 दरम्यान जास्तीत जास्त क्लिअरन्स आवश्यक आहे.

अ] 0.110 मिमी'

B] ०.१३१ मिमी

C] 0.164 मिमी

ड] 0.143 मिमी

239] रेखांकनामध्ये 25.1002 मिमी असे परिमाण सांगितले आहे. सहिष्णुता म्हणजे काय?

अ] +०.०२ मिमी'

ब] +0.04 मिमी

C] -0.02 मिमी

ड] 25.00 मिमी

240] पिन एका छिद्रात बसवली जाते. पिनचा सहिष्णुता क्षेत्र पूर्णपणे छिद्राच्या वर आहे. प्राप्त फिट असेल?

अ] क्लिअरन्स फिट

ब] संक्रमण फिट

क] हस्तक्षेपफिट

ड] धावणे फिट

241] सहिष्णुता भाग आकारास दिली जाते ....

अ] आवश्यकअनुज्ञेयआकाराच्यात्रुटीमध्येभागाचेउत्पादनकरा

ब] उत्पादन वाढवा

क] उत्पादन कमी करा

ड] घटक अंदाजे पूर्ण करा

242] खालीलपैकी कोणते क्लीयरन्स संपूर्ण मूलभूत प्रणाली अंतर्गत योग्य आहे?

A] 20 H7/p6‘

ब] 2067/211

C] ZOG/gll.

D] 20H/g11.

243] BIS प्रणालीनुसार फिटचे तीन वर्ग .... आहेत.

अ] क्लिअरन्सफिट, इंटरफेरन्सफिटआणिट्रांझिशनफिट

ब] मध्यम फिट, पुश फिट आणि घट्ट फिट

क] फ्लॅट फिट, राउंड फिट आणि स्क्वेअर फिट

ड] 'स्लाइडिंग फिट‘, लूज फिट आणि संकोचन फिट

244] खालीलपैकी कोणत्या सहिष्णुतेच्या वैशिष्ट्यांमध्ये 20 मिमी पेक्षा जास्त आकारमानहीन आहे?

अ] २० +०.2,-०.3

ब] 20 320.2

क] 20 -0.2, 0.3 ई

D]m 20 +500, ~03

245] कमाल आणि किमान मर्यादेतील फरक -------- आहे.

अ] एकच माहिती देणारा

ब] मूळ शाफ्ट

क] मंजुरी

ड] सहिष्णुता

246] एक शाफ्ट 55 झुडूप मध्ये मुक्तपणे चालते फिट प्रकार --------- आहे.

अ] क्लिअरन्स फिट

ब] ड्रायव्हिंग प्लेट

क] संकोचनफिट

ड] वरीलपैकी काहीही नाही

247] स्टील हे मिश्रधातू आहे

अ.] तांबे आणि कथील

B.] लोहआणिकार्बन

क.] कथील आणि शिसे

ड.] जस्त आणि पितळ

248] खालीलपैकी नॉन-फेरस धातू, जो चुंबकीय आहे

अ.] तांबे

ब.] अॅल्युमिनियम

क .]टायटॅनियम

D. निकेल

249] तांबे आणि जस्त यांचे मिश्रण तयार होते

अ .]पांढराधातू

B.] पितळ

क.] पोलाद

ड.] कांस्य

250] HSS टूल्ससह अॅल्युमिनियमसाठी कटिंग गती आहे

अ.] ३० मी/मिनिट

ब.] ५० मी/मिनिट

C.] 70 मी/मिनिट

डी.] 130 मी/मिनिट

251] एचएसएस टूलसह ब्राससाठी कटिंग गती आहे

A.] 10 मी/मिनिट

B.] 25 मी/मिनिट

C.] 70 मी/मिनिट

डी.] 140 मी/मिनिट

252] मोठ्या सपाट पृष्ठभाग खरडण्यासाठी वापरले जाते.

अ] <u>बैल-नाक स्क्रॅपर</u>

ब] तीन-चौरस

क] अर्धा गोल स्क्रॅपर

ड] वरीलपैकी नाही.

253] लहान स्क्रॅपर व्यासाच्या छिद्रांना स्क्रॅप करण्यासाठी आणि छिद्र पाडण्यासाठी वापरला जातो.

अ] बैल-नाक स्क्रॅपर

ब] <u>तीन-चौरस</u>

क] अर्धा गोल स्क्रॅपर

ड] वरीलपैकी नाही.

254] खूप मोठे किंवा खूप लहान नसलेल्या बेअरिंग पृष्ठभागांना स्क्रॅप करण्यासाठी वापरले जाते.

अ] बैल-नाक स्क्रॅपर

B] तीन-चौरस

क] <u>अर्धा गोल स्क्रॅपर</u>

ड] वरीलपैकी नाही.

255] मोठ्या व्यासाची छिद्रे खरवडण्यासाठी वापरली जाते.

अ] <u>बैल-नाक स्क्रॅपर</u>

ब] तीन-चौरस

क] अर्धा गोल स्क्रॅपर

ड] वरीलपैकी नाही.

256] ------------ मायक्रोमीटरने 0.02 मि.मी.ची नकारात्मक त्रुटी असल्यास, 45.54mm मोजल्यास COFFEC'E परिमाण आहे.

अ] 45.58 मिमी

ब] 45 54 मिमी

क] <u>45.56 मिमी</u>

ड] 45.53 मिमी.

257] जेव्हा एव्हील आणि स्पिंडलचे चेहरे एकमेकांना स्पर्श करतात, जर स्लीव्ह स्केलचा शून्य थिमल स्केलच्या शून्याशी जुळत असेल, तर त्याला ----------- असे म्हणतात.

अ] सकारात्मक त्रुटी

ब] नकारात्मक त्रुटी

क] शून्य त्रुटी

ड] <u>कोणतीहीचूकनाही</u>

२५८] डेप्थ बार -------------- मोजण्यासाठी वापरला जातो.

अ] उंची.

ब] लांबी

क]खोली

ड] इंच

259] डायल टेस्ट इंडिकेटर हे मापन दर्शवते...

अ.] घटकाचा वास्तविक आकार

ब.] 5 मि.मी.च्या दोन पायऱ्यांमधील फरक

C.] पॉइंटरद्वारेआकारातवाढविलेलेलहानफरक

ड.] परिमाणाचे थेट वाचन

260] व्ही -ब्लॉक आणि डायल इंडिकेटर पद्धत मोजण्यासाठी वापरली जाते

अ] कामाच्या तुकड्याच्या जमिनीची लांबी

ब] वर्कपीसच्यापृष्ठभागाचीगोलाकारता

क] पृष्ठभागाची सपाटता

ड] धाग्याची पिच

261] डायल टेस्ट इंडिकेटरबद्दल खालीलपैकी कोणते बरोबर नाही?

अ] त्याच्या डायलवर 100 विभाग आहेत

ब] स्टेमची हालचाल गियर ट्रेनद्वारे डायलमध्ये हस्तांतरित केली जाते.

क] त्याचीअचूकता 0.1 मिमीआहे

डी] डेप्थ गेजच्या संयोगाने वापरला जातो

262] साठी ड्रायव्हिंग प्लेट्स वापरल्या जातात

अ] माउंटिंग फिक्स्चर आणि कामाचे तुकडे

ब] लेथडॉगसहकेंद्राच्यादरम्यानशाफ्टचालवणे

C] केवळ ऑपरेशन्सचा सामना करणे

डी] फक्त अंतर्गत ऑपरेशन्स

263] फेस प्लेटच्या कामात संतुलन साधले जाते

अ] वेग वाढवणे

ब] साधनावरील दबाव कमी करण्यासाठी

C] कामाच्याएकसमानरोटेशनसाठी

ड] चांगली समाप्ती मिळवण्यासाठी

264] फेस प्लेट ठेवण्यासाठी वापरला जातो

अ] एक गोल काम

ब] एक पूर्ण झालेले काम

सी] एकअनियमितनोकरी

ड] एक पोकळ काम

265] फेस प्लेटसह कोणती योग्य कोन प्लेट वापरली जाते

(अ] घन प्रकार

(ब] बॉक्स प्रकार

(C] समायोज्य प्रकार

(डी] त्यापैकी एकही नाही

266] फेस प्लेट ...... पासून बनविली जाते.

(अ] सौम्य पोलाद

(ब] कास्ट आयर्न

(क] पितळ

(डी] ॲल्युमिनियम

267] विषम असमान जॉब वळणासाठी खालील कोणते सामान वापरले जाते?

(अ.] तीन जबडा चक

(आ.] दोन जबडा चक

(क] ड्रायव्हिंग प्लेट

(डी] फेस प्लेट

268] अनियमित आकाराचा वर्क पीस लेथवर चालू केला जातो. खालीलपैकी कोणते वर्क होल्डिंग ॲक्सेसरीज वापरले जाते?

अ] दोन जबडा चक

ब] तीन जबडा चक

क] ड्रायव्हिंग प्लेट

ड] फेसप्लेट

269]स्थिर विश्रांतीचे पॅड बनलेले असतात

अ] कार्बन स्टील

ब] आघाडी

क] सौम्य स्टील

ड] पितळ

270] एक स्थिर विश्रांती वापरली जाते

अ] नोकरी धरण्यासाठी

ब] फेस प्लेट कामासाठी

क] नोकरी चालवणे

ड] नोकरीलापाठिंबादेण्यासाठी

271] वर एक अनुयायी स्थिर आहे

अ] लेथ बेड

ब] <u>लेथकॅरेज</u>

क] लेथ स्पिंडल

ड] टेलस्टॉक

272] लांब कामाचे तुकडे वळवताना खालील गोष्टींचा वापर केला जातो

अ] बाही

ब] गियर बदला

क] <u>स्थिर विश्रांती</u>

ड] कंस.

273] उत्पादनानुसार लेथचे किती प्रकार आहेत?

अ] दोन

ब] तीन

क] <u>चार</u>

ड] पाच

<u>lathe</u>   <u>lathe machine</u>

<u>लेथमशीन</u>

274] सेंटर लेथचे किती प्रकार आहेत?

अ] दोन

ब] तीन

क] चार

ड] <u>पाच</u>

275] उत्पादन लेथचे किती प्रकार आहेत?

अ] <u>दोन</u>

ब] तीन

क] चार

ड] पाच

276] रोलर लेथ कोणत्या प्रकारचे लेथ आहे?

अ] बेंच लेथ

ब] स्पेशललेथ

क] उत्पादन लेथ

ड] सेंटर लेथ

277] मोठ्या प्रमाणात उत्पादनासाठी कोणते यंत्र वापरले जाते?

अ] सेंटर लेथ

ब] उत्पादनलेथ

क] स्पेशल लेथ

ड] इंजिन लेथ

278] अधिक अचूक कामासाठी कोणता लेथ वापरला जातो?

अ] सेंटर लेथ

ब] स्पेशल लेथ

क] उत्पादन लेथ

ड] टूलरूमलेथ

279] टूल रूम लेथची अचूकता.... ते कॉम्पीअर सेंटर लेथ आहे.]

(अ] कमी

(आ.] अधिक

(क] खूप कमी

(ड .] समान

280] लोकोमोटिव्ह असेंबल व्हील विथ एक्सेल चालू आहे ......लेथ

(अ] केंद्र खराद

(ब] टूल रूम लेथ

(क.] चाकाचा लेथ

(ड] गॅप बेड लेथ

281] खालीलपैकी कोणता वापर नियमित वर्कपीस ठेवण्यासाठी केला जातो

अ] फेसप्लेट

ब] मांडेल

c] तीनजबड्याचक

ड] चार-जबड्याचा चक.

lathe chuck

Lathe Chuck

लेथ चक

282] चार जबड्याच्या चकच्या मागील बाजूस असलेल्या धाग्यांमध्ये...----- धाग्यांचे प्रकार असतात.

अ] चौकोन

3] ट्रॅपेझॉइडल

क] V -आकार

ड] यापैकी नाही

283] स्क्रोल आणि गियर यंत्रणा ------------------- मध्ये कार्यरत आहे.

अ] कोलेट चक

ब] चुंबकीय चक

क] तीनजबड्याचेचक

ड] चार जबड्याचे चक

284] तीन जबड्याच्या चकचा आकार --------- द्वारे निर्दिष्ट केला जातो.

अ] प्रत्येक जबड्याचा आकार

ब] चकच्याशरीराचाव्यास

क] शरीराच्या चकची रुंदी

ड] प्रत्येक चकची जाडी

285] चुंबकीय चक ----- वर्क टेबलच्या ट्रॅव्हर्ससह संरेखित आहे

अ] लंब

ब] टोकदार

क] समांतर

ड] समांतर आणि लंब

286]जमिनीच्या कामाच्या तुकड्यातून अवशिष्ट चुंबकत्व काढून टाकणारी उपकरणे.

अ] डी-मॅग्नेटायझर

ब] इलेक्ट्रोमॅग्नेट

क] कायम चुंबक

ड] वरीलपैकी काहीही नाही

287] चुंबकीय चक निर्दिष्ट करण्यासाठी तपशील द्यावा ----

अ] प्रकार विद्युत चुंबकीय असोत

ब] चकची लांबी

क] साधा दुर्गुण

ड] हेसर्व

288] चुंबकीय चकची मर्यादा--------- आहे.

अ] वेरिएबल होल्डिंग प्रेशर

ब] जास्त सेटअप वेळ

क] लहानकामाच्यातुकड्यासहमध्यभागीआणिकामकरण्यातअडचण

ड] वरीलपैकी काहीही नाही

289] चुंबकीय चक वापरताना डिमॅग्नेटायझरचा उद्देश ----

अ] फक्त चक डिमॅग्नेटाइज करा

C] चकआणिवर्कपीसदोन्हीडिमॅग्नेटाइजकरा

ड] यापैकी नाही

290] Knurling ऑपरेशन येथे केले जाते

अ] टर्निंग स्पिंडल वेग

ब] उच्च स्पिंडल गती

C] टर्निंगस्पिंडलगतीचा 1/3

D] टर्निंग स्पिंडल गतीचा 1/2

291] Knurling चे ऑपरेशन आहे

अ] कातरणे

ब] निर्मिती

क] वळणे

ड] दाबणे

292] मँड्रेल्सचा वापर सामान्यतः मशीनिंग करताना केला जातो

अ] भारी कट

ब] शॉर्टफेसिंगकट

क] प्रकाश कट

ड] कंटाळवाणे साधने

293] मोर्स टेपरचे टेपर रेशो आहे

अ] 10 मध्ये 1

ब] 15 मध्ये 1

क] <u>20 मध्ये 1</u>

ड] 25 मध्ये 1

294] मोर्स मानक टेपर मध्ये उपलब्ध आहे

अ] 16 क्र

ब] १२ क्र

क] <u>10 क्र</u>

ड] 8 क्र

295] टेलस्टॉक पद्धत ऑफसेट करून टेपर टर्निंग उत्पादन करू शकते

अ] अंतर्गत टेपर

ब] अंतर्गत टेपर धागा

सी] <u>एकबाह्यबारीकबारीकबारीकबारीकतुकडे</u>

डी] बाह्य आणि अंतर्गत दोन्ही टेपर्स

296] टेपर टर्निंग अटॅचमेंट वापरून, टेपर्स वळवता येतात.

अ] 10०

ब] <u>15०</u>

क] 20०

ड] 30०

taper turning
attachment2

Taper Turning Attachment

टेपर टर्निंग संलग्नक

297] टेपरची अचूकता सामान्यतः ...... याद्वारे तपासली जाते.

अ] <u>टेपरगेज</u>

ब] गेज ब्लॉक्स

C] इंडिकेटर आणि उंची गेज

298] कंपाऊंड रेस्ट पध्दतीने टॅपर्स वळवणे यात पूर्णपणे काम करणे समाविष्ट आहे

अ] दशांश मोजमाप

ब] अपूर्णांक मोजमाप

सी] मेट्रिक मोजमाप

ड] कोनीयमाप.

299] लांब टेपर तयार केले जातात

अ] बारीक टर्निंग संलग्नक सह

ब] कंपाऊंड स्लाइडसह

सी] शेपूटस्टॉकप्रतीसेटकरून

डी] क्रॉस स्लाइड समायोजित करून.

300] टर्न केलेल्या टेपर्सची लांबी तपासली जाते

अ] व्हर्नियर कॅलिपर

ब] मायक्रोमीटर

क] आत कॉलपर

डी] डायल चाचणी निर्देशक.

301] कॉम वापरून टेपर टर्निंगचे तोटे. पाउंड स्लाइड आहेत

अ] फक्त लांब टेपर फिरवता येतात

ब] फक्त खूप मोठे टेपर वळवले जाऊ शकतात

C] फीडमध्ये फक्त मॅन्युअल शक्य आहे

D] कंपाऊंड स्लाइडच्या निर्बंधांमुळे फक्त लहान टेपर्स वळवता येतात.

302] बाह्य टेपर्ससह तपासले जातात

अ] मर्यादा प्लग गेज

ब] टेपर रिंग गेज

C] टेपर प्लग गेज

ड] थ्रेड प्लग गेज.

taper ring gauge 1   Ring Gauge

टेपर रिंग गेज

303] लेथ चालू केलेल्या टेपरचा वापर म्हणजे ----

A] एकत्र केलेल्या भागांमध्ये ड्राइव्ह प्रसारित करण्यास मदत करा

ब] भाग एकत्र करण्यासाठी आणि वेगळे करण्यासाठी वापरले जाते

क] एकत्र केलेल्या भागांमध्ये स्वत: चे संरेखन द्या

304] लहान लांबीच्या टेपरच्या उत्पादनाच्या मोठ्या प्रमाणात उत्पादनासाठी कोणत्या पद्धतीचा वापर केला जातो?

अ] फॉर्मटूल

ब] कंपाऊंड स्लाइड

क] टेलस्टॉक ऑफसेट.

ड] टेपर टर्निंग संलग्नक

३०५] मोर्स स्टँडर्ड टेपर हे आंतरराष्ट्रीय स्तरावर स्वीकृत मानक टेपरपैकी एक आहे, जे ---------- वरून उपलब्ध आहे.

अ]१ ते ७

ब]१ ते ८

क] ० ते 7

ड] 0 ते 8

306] स्टीप टेपर कापण्यासाठी कोणती टेपर टर्निंग पद्धत वापरली जाते?

अ] सेट ओव्हर पद्धत

ब] टेपर टर्निंग संलग्नक

क] फॉर्म टूल

ड] कंपाऊंडविश्रांतीफिरवणे

307] मोर्स टेपर खालीलपैकी कोणत्या मशीनच्या घटकांमध्ये वापरला जातो -...

अ] लेथचे स्पिंडल्स

ब] ड्रिल मशीनचे स्पिंडल्स

क] रीमरच्या शेंड्या

ड] हेसर्व

३०८] टेपरच्या मोठ्या प्रमाणात उत्पादनासाठी खालीलपैकी कोणती पद्धत वापरली जाते........

अ] टेलस्टॉक ऑफसेट पद्धत

ब] टेपर टर्निंग संलग्नक पद्धत

क] फॉर्मखूपपद्धत

ड] कंपाऊंड स्लाइड पद्धत

३०९] टेपरचा प्रमुख व्यास 40 मिमी, किरकोळ व्यास 30 मिमी आहे. कामाची एकूण लांबी 100 मि.मी. निमुळता केली जाते त्यानंतर ऑफसेट द्वारे दिली जाते -

अ] 5 मि.मी

ब] 7.5 मिमी

क] 12 मिमी

ड] 9 मि.मी

३१०] .... & .... फॉर्म टर्निंगमध्ये शेप जॉब टर्निंग?

A] साधा आणि V. आकार

ब] चौरस आणि गोल

क] <u>अवतलआणिउतल</u>

ड] V आणि फेरी

311] यंत्राच्या वळणाने कोणता भाग तयार होतो?

अ] पाया

ब] पलंग

क] कॅरेज

ड] <u>हाताळते</u>

312] या हेतूने फॉर्म टर्निंग केले....?

अ] <u>आकर्षकनोकरीसाठी</u>

ब] मोठ्या सामग्री कापण्यासाठी

C] चांगल्या फिनिशिंगसाठी

डी] नोकरीवरील सर्वात लहान कपातीसाठी

313] फॉर्म टर्निंगच्या मोठ्या प्रमाणात उत्पादनासाठी कोणत्या प्रकारचे धातूचे साधन वापरतात?

अ] HSS

ब] एचसीएस

क] <u>कार्बाइड</u>

ड] सिमेंटाइट

314] एक BSW थ्रेडिंग साधन समाविष्ट केलेल्या कोनासह ग्राउंड करणे आवश्यक आहे

अ] ५५०

ब] ६००

क] ४७.५०

ड] २९०

315] मेट्रिक 'V' थ्रेड टूलची नाक त्रिज्या आहे

अ] <u>०.१४४ x पी</u>

ब] ०.२५ x पी

क] ०.४१४ x पी

ड] ०.०१४४ x पी

316] BIS मेट्रिक थ्रेडची खोली आहे

अ] ०.६४०३ x पी

ब] ०.६ x पी

क] <u>०.६१३४ x पी</u>

ड] ०.५ x पी

317] थ्रेडिंग टूल्सचा वापर करून 60० कोनासाठी अचूकता तपासली जाते.

अ] थ्रेड प्लग गेज

ब] <u>केंद्रगेज</u>

क] स्क्रू पिच गेज

ड] साधन कोन गेज

318] प्रति इंच थ्रेड्सची संख्या a सह तपासली जाऊ शकते

अ] टूल गेज

ब] मोजणी करून मेट्रिक नियम

क] रिंग गेज

ड] <u>स्क्रूपिचगेज</u>

screw pitch gauge   Screw Pitch Gauge

<u>स्क्रूपिचगेज</u>

319] थ्रेडिंग करताना, कॅरेज मार्गाने हलविली जाते

अ] ट्रॅकवर एक गियर ट्रेन

ब] फीड रॉड स्प्लाइन किंवा की-वे

सी] <u>लीडस्क्रूथ्रेड</u>

ड] हाताचे चाक

320] थ्रेड चेझर्स यासाठी वापरले जातात

अ] धाग्यांचे जलद उत्पादन

ब] <u>धाग्याचेअचूकस्वरूपराखणे</u>

क] कठीण पदार्थांवर धागे कापणे

डी] मऊ पदार्थांवर धागे कापणे

321] थ्रेड चेझर यापासून बनवले जातात

अ] कार्बन स्टील

ब] हाय स्पीड स्टील

क] <u>साधनवापरले</u>

ड] स्टेनलेस स्टील

322] चेसर्स कापण्यासाठी वापरतात

A] 'V' फॉर्मचेधागेफक्त

ब] फक्त चौकोनी धागे

C] फक्त acme थ्रेड्स

D] कोणत्याही प्रकारचे धागे

323] M24 x 3 मिमी पिच अंतर्गत धागे कापण्यासाठी, जॉबचा मूळ व्यास आहे

अ] 27.00 मिमी

ब] 24.50 मिमी

क] 21.00 मिमी

ड] 24.00 मिमी

324] M24 x 3 मिमी अंतर्गत धाग्यासाठी कटची खोली आहे

अ] ०.५४१२ x ३

ब] ०.६१३४ x ३

क] ०.५ x ३

ड] ०.७ x ३

325] 24 x 3 मिमी अंतर्गत एक्मी थ्रेड्स कापण्यासाठी, जॉबचा मूळ व्यास आहे

अ] 20.00 मिमी

ब] 21.66 मिमी

क] 21.00 मिमी

ड] 20.60 मिमी

326] मेट्रिक स्क्वेअर थ्रेडिंगसाठी कटची खोली आहे

अ] ०.६ x पी

ब] ०.५ x पी

क] ०.५४१२ x पी

ड] ०.६४१२ x पी

327] बट्रेस धागा कापण्यासाठी, कटची खोली असते

अ] ०.५४१२ x पी

ब] ०.६ x पी

क] ०.७ x पी

ड] ०.७५ x पी

328] acme थ्रेड्स कापण्यासाठी, टूल समाविष्ट केलेल्या कोनात ग्राउंड केले जाते

अ] 60०

ब] २९०

क] ४७.५०

ड] 30०

329] हाफ-नट लीव्हर यासाठी वापरला जातो

अ] कॅरेजवर रेखांशाचा फीड गुंतवणे

ब] क्रॉस-स्लाईड नट मध्ये स्लॅक घेणे

सी] रेखांशावरून क्रॉस-फीडमध्ये बदलत आहे

ड] <u>धागेकापणे</u>

330] समीप श्रेडच्या दोन बाजूंना जोडणारा तळाचा पृष्ठभाग (बाह्य धागा] आहे...

अ] पार्श्वभाग

ब] <u>मूळ</u>

क] क्रेस्ट

ड] खेळपट्टी

331] सुतार वाइसमध्ये वापरल्या जाणार्‍या धाग्याचे स्वरूप आहे...

अ] चौकोन

ब] एक्मे धागा

क] <u>सावटूथधागा</u>

ड] पोर धागा

332] कास्ट आयर्नचा वापर मशीन बेड तयार करण्यासाठी केला जातो कारण -------

अ] <u>तेअधिकसंकुचिततणावाचाप्रतिकारकरूशकते</u>

ब] ते वजनाने जड असते

क] हा स्वस्त धातू आहे

ड] हा एक ठिसूळ धातू आहे

333] खालीलपैकी कोणते ऑपरेशन सेंटर लेथवर करता येत नाही? .

अ] वळणे

ब] धागा कापणे

क] <u>गियरकटिंग</u>

ड] बारीक टर्निंग

gears   gears

गियर

334] कार्बाइड टिप टूलसाठी हार्ड मटेरिअल चालू करण्यासाठी त्याकडे... इसेंशियल आहे?

अ] बाजूच्या रेकचा कोन

ब] शून्य रेक कोन

क] सकारात्मक रेक कोन

ड] नकारात्मकरेककोन

335] 373 rpm वर फिरणाऱ्या 9 मिमी व्यासाच्या स्लॉट मिलचा वापर करून स्टीलच्या घटकामध्ये स्लॉट मिलवावा लागतो. कटिंग गती असेल

अ] 10.55 मी/मिनिट

ब] 26.7 मी/मिनिट

C] 181.9 मी/मिनिट

ड] 11 मी/मिनिट

336] 12 मिमी व्यासाची एंड मिल 14 मीटर/मिनिटाच्या कटिंग स्पीडसाठी सेट करायची आहे. मशीनवर सेट केले जाणारे आरपीएम असावे

A] 271.7 rpm

B] 183.17 rpm

C] 76 rpm

डी] ३७१.२१आरपीएम

337] कटरचा व्यास 80 मिमी असतो. जर कटिंगचा वेग 20 मी/मिनिट असेल. स्पिंडलचे आरपीएम असावे

अ] 90.7 आरपीएम

ब] 79.55 rpm

C] 25.75 rpm

D] 107.95 rpm

338] उपकरणासाठी शून्य रेक कोन द्या?

अ] साधनाचे घर्षण टाळण्यासाठी

ब] साधनआयुर्मानवाढवण्यासाठी

क] स्ट्रेट ऑफ टूल वाढवण्यासाठी

ड] कामावर चांगले काम करण्यासाठी

339] फॉर्म टर्निंगच्या मोठ्या प्रमाणात उत्पादनासाठी कोणत्या प्रकारचे धातूचे साधन वापरतात?

अ] HSS

ब] एचसीएस

क] कार्बाइड

ड] सिमेंटाइट

340] कटिंग टूल जेव्हा त्याची क्रिया सुरू करते आणि या स्थितीत कटिंग फोर्स वाढतो तेव्हा टूलचा नंतरचा परिणाम..?

अ] टूलचा क्लिअरन्स अँगल जास्त आहे

ब] टूलचाक्लिअरन्सअँगलकमीआहे

क] उपकरणाचा रेक कोन कमी आहे

ड] उपकरणाचा रेक कोन जास्त आहे

341] टूलसाठी रेक अँगलचा उद्देश काय आहे?

अ] मानसिकचिप्ससाठीयोग्यदिशा

ब] कामावर उत्तम फिनिशिंग

क] साधनाचे आयुष्य वाढवण्यासाठी

ड] नोकरी आणि साधन यांच्यातील घर्षण टाळण्यासाठी

342] कटिंग टूलसाठी क्लिअरन्स अँगल देण्याचा उद्देश काय आहे?

अ] मेटल कटिंग चिप्सच्या योग्य दिशेने

ब] कामाचा फटका बसल्यावर घर्षण कमी करा

C] नोकरीच्याघर्षणाच्याऋषीसाठी

डी] कामावर चांगले काम करण्यासाठी

343] कटिंग टूल्सने वरच्या मध्यभागी उंची निश्चित केली तर काय होईल?

अ] शीर्षरेककोनवाढवा

ब] कमी शीर्ष रेक कोन

C] टॉप रेक अँगलवर कोणताही परिणाम होत नाही

डी] क्लिअरन्स कोन वाढवा

344] कटिंग टूल सेटिंग केंद्राच्या उंचीपेक्षा कमी केल्यास काय होईल?

अ] शीर्ष रेक कोन वाढवा

ब] शीर्षरेककोनकमीकरा

C] रेकवर कोणताही परिणाम होत नाही

ड] क्लिअरन्स कोन कमी करा

345] कटिंग टूल कामाच्या केंद्राला अस्वस्थ करत असेल तर?

अ] फ्रंट क्लीयरन्स कोन वाढवा

B] समोरीलमंजुरीकोनकमीकरा

C] समोरच्या मंजुरीच्या कोनावर कोणताही परिणाम होत नाही

ड] त्यापैकी एकही नाही

346] कटिंग टूल जर कामाच्या केंद्राची सेटिंग खाली असेल तर?

अ] फ्रंटक्लीयरन्सकोनवाढलेलाआहे

B] फ्रंट क्लीयरन्स कोन कमी आहे

C] क्लिअरन्स अँगलवर कोणताही प्रभाव नाही

ड] त्यापैकी एकही नाही

347] झिरो रेक अँगल टूलसाठी द्यावा?

अ] साधनाचे घर्षण टाळण्यासाठी

ब] <u>साधनआयुर्मानवाढवण्यासाठी</u>

क] सरळ साधन वाढीसाठी

ड] कामावर चांगले काम करण्यासाठी

348] कार्बाइड टिप टूलसाठी हार्ड मटेरिअल चालू करण्यासाठी त्याकडे... इसेंशियल आहे?

अ] बाजूच्या रेकचा कोन

ब] शून्य रेक कोन

क] सकारात्मक रेक कोन

ड] <u>नकारात्मकरेककोन</u>

349] कटिंग टूलची कटिंग एज तुटू नये म्हणून...?

अ] खाद्य वाढ

ब] कटिंगचा वेग कमी केला

क] नाकाची लांबी कमी होणे

D] <u>नकारात्मकरेकअँगलवापरा</u>

350] एका टूलमध्ये चिप ब्रेकर दिलेला आहे

<u>अ] 'हे चिप्सचे लहान तुकडे करतात</u>

ब] लांब कट पासून चिप्स सतत प्रकार असणे

C] चिरलेल्या चिप्स असणे.

351] स्टेप प्रकार चिप ब्रेकर एक आहे

अ] ज्यामध्ये कटिंग काठाच्या मागे एक लहान खोबणी आहे

<u>ब] ज्यामध्ये कटिंग एजच्या बाजूने टूलच्या चेहऱ्यावर एक पायरी आहे</u>

C] ज्यामध्ये एक पातळ कार्बाइड प्लेट किंवा क्लॅम्प टूलच्या तोंडावर ब्रेझ किंवा स्क्रू केले जाते.

352] सिमेंट कार्बाइड ट्रेडिंग टूलसाठी कोणत्या प्रकारची टीप खालीलप्रमाणे आहे?

अ] रिजेक्ट टूलवर क्लॅम्पिंगसाठी

ब] <u>उपकरणावरब्रेझिंगसह</u>

क] टूलवर वेल्डिंगसह

ड] टूलवर सोल्डरिंगसह

353] सिमेंट कार्बाइड थ्रेडिंग टूलची टीप आहे

अ] <u>brazed</u>

ब] वेल्डेड

क] सोल्डर केलेले

ड] टांग्याला चिकटवले

354] एचएसएस टूल्ससह ॲल्युमिनियमसाठी कटिंग गती आहे

अ] ३० मी/मिनिट

ब] ५० मी/मिनिट

C] 70 मी/मिनिट

ड] <u>130 मी/मिनिट</u>

355] एचएसएस टूलसह ब्राससाठी कटिंग गती आहे

अ] 10 मी/मिनिट

ब] 25 मी/मिनिट

C] <u>70 मी/मिनिट</u>

ड] 140 मी/मिनिट

356] मशिनिंग करत असताना उपकरणाची कटिंग धार एका मिनिटात सामग्रीवरून जे अंतर पार करते त्याला...

अ] RPM

ब] चारा

क] यंत्राचा वेग

ड] <u>कटिंगवेग</u>

357] वर्कपीसवर शीतलक वापरून आपण निवडू शकतो

अ] <u>उच्चकटिंगगती</u>

ब] कमी कटिंग फीड

क] कमी कटिंग गती

ड] कटांची भारी खोली

358] ब्रेक डाउन मेंटेनन्स म्हणजे काय?

अ] अनपेक्षित ब्रेकडाउन कमी करण्यासाठी देखभाल

ब] देखभाल साधारणपणे ऑपरेटर स्वतः करतो

क] देखभालीमध्ये जीर्ण झालेले भाग बदलणे समाविष्ट आहे

ड] <u>दुरूस्तीचेकामफक्तमशीनमध्येबिघाडझाल्यावरचचालते</u>

359] एक्स्ट्रीम प्रेशर ॲडिटीव्ह (ईपीए) त्याची शक्ती सुधारण्यासाठी कटिंग फ्लुइडमध्ये मिसळले जाते.

अ] थंड करणे

ब] <u>स्नेहन</u>

ड] मशीन केलेल्या पृष्ठभागाचे उत्पादन

क] कटिंग झोनची स्वच्छता

360] मशीन टूल्समध्ये स्नेहक वापरण्याचा मुख्य उद्देश ------ आहे.

अ] बनवण्याचे भाग थंड करा

ब] मशीन टूल गरम होण्यापासून प्रतिबंधित करा

C] जवळच्या संपर्कासाठी बनवण्याचे भाग ओले करा

ड] बनवणाऱ्याभागांमधीलघर्षणकमीकरा

361] प्रतिबंधात्मक देखभाल .... आहे.

अ] देखभालीमध्ये संवेदनशील उपकरणे वापरणे समाविष्ट असते

ब] देखभाल साधारणपणे ऑपरेटर स्वतः करतो

क] मशीन खराब झाल्यावरच काम चालते

ड] अनपेक्षितब्रेकडाउनकमीकरण्यासाठीयोजना

362] ब्रेक डाउन मेंटेनन्स म्हणजे काय?

अ] अनपेक्षित ब्रेकडाउन कमी करण्यासाठी देखभाल

ब] देखभाल साधारणपणे ऑपरेटर स्वतः करतो

क] देखभालीमध्ये जीर्ण झालेले भाग बदलणे समाविष्ट आहे

ड] दुरूस्तीचेकामफक्तमशीनमध्येबिघाडझाल्यावरचचालते

363] नियमित देखभाल --------- आहे

अ] अनपेक्षित ब्रेकडाउन कमी करण्यासाठी नियोजित देखभाल केली जाते

ब] या प्रकारच्या देखभालीमध्ये संवेदनशील उपकरणाचा वापर समाविष्ट असतो

C] हे दुरूस्तीचे काम फक्त मशीनमध्ये बिघाड झाल्यावरच केले जाते

ड] याप्रकारचीदेखभालसामान्यतःऑपरेटरस्वतःकरतो

364] स्नेहक .... आवश्यक आहे.

अ] कमीतकमीभारघेऊनमशीनसुरळीतचालवा

ब] यंत्र लवकर चालवा

क] मशीन ताबडतोब थांबवा

ड] अधिक अचूकतेचा कार्य भाग तयार करा

365] मशीन टूल्समध्ये स्नेहक वापरण्याचा मुख्य उद्देश ------ आहे.

अ] बनवण्याचे भाग थंड करा

ब] मशीन टूल गरम होण्यापासून प्रतिबंधित करा

C] जवळच्या संपर्कासाठी बनवण्याचे भाग ओले करा

ड] बनवणाऱ्याभागांमधीलघर्षणकमीकरा

फिटरट्रेडसाठीशीटमेटल MCQ

366] आयताकृती ट्रे विकसित करण्यासाठी विकासाची कोणती पद्धत वापरली जाते?

अ] त्रिकोणी पद्धत

ब] रेडियल लाइन पद्धत

क] <u>समांतररेषापद्धत</u>

डी] चाचणी आणि त्रुटी पद्धत

367] हँड लेव्हल शीअरच्या वरच्या ब्लेडच्या चाकूच्या कटिंग एजचे प्रोफाइल काय आहे?

अ] <u>वक्र</u>

ब] सरळ

क] कललेला

ड] बेवेल्ड

368] शीट मेटलच्या कामात ग्रूव्हरचा वापर कोणत्या कारणासाठी केला जातो?

अ] हेम बनवणे

ब] खोबणी करणे

सी] <u>सीमबंदकरणेआणिलॉककरणे</u>

ड] मजबुतीला मग नोकरीची किनार

369] तीक्ष्ण वाकणे, शीट मेटलच्या कडा दुमडणे यासाठी कोणत्या प्रकारचा भाग निवडायचा?

अ] <u>हॅचेटस्टेक</u>

ब] चोचीचा लोखंडाचा भाग

क] चौरस धार भागभांडवल

ड] टिनमॅनचा एव्हील स्टेक

370] अमोनियम क्लोराईडचा वापर सोल्डरिंगसाठी फ्लक्स म्हणून केला जातो ...

अ] <u>पोलाद</u>

ब] अॅल्युमिनियम

क] गॅल्वनाइज्ड लोह

ड] स्टेनलेस स्टील

371] पाईप टी जॉइंटचे लीक प्रूफ सांधे तयार करण्यासाठी आणि पूर्ण करण्यासाठी वापरल्या जाणार्‍या साधनाचे नाव सांगा

अ] <u>चर</u>

ब] सेटिंग हातोडा

क] क्रिझिंग हातोडा

ड] गोल तळाचा भाग

372] खालीलपैकी कोणता धातू क्ष-किरणांमधून जाऊ देत नाही?

अ] स्टेनलेस स्टील

ब] अॅल्युमिनियम

क] <u>आघाडी</u>

ड] कथील

373] निबलिंग मशीनमध्ये कटिंग एजच्या वर आणि खाली कंपनाची वारंवारता आहे ...

अ] 1000 ते 1500 वेळा

ब] 1500 ते 2500 वेळा

क] <u>2800 ते 3000 वेळा</u>

ड] 3000 ते 3500 वेळा

374] पाईप टी जॉईंटच्या मुख्य पाईपसह शाखा पाईपची लंबता तपासण्यासाठी वापरल्या जाणाऱ्या उपकरणाचे नाव सांगा.

अ] संरक्षक

ब] <u>चौरसप्रयत्नकरा</u>

क] आत्म्याची पातळी

ड] सरळ धार

375].एकल हेम काटकोनात भेटल्यावर कोणत्या प्रकारची खाच वापरली जाते?

अ] व्ही खाच

ब] स्लिट खाच

क] <u>तिरकसखाच</u>

ड] चौकोनी खाच

376] लहान छिद्र कापण्यासाठी कोणते पंच आणि डाई प्रकारचे मशीन वापरले जाते?

अ] कातरणे प्रकार निबलर

ब] <u>पंचप्रकारनिबलर</u>

क] गोलाकार कटिंग मशीन

ड] गिलोटिन कातरण्याचे यंत्र

377] ब्लो पाईप नोजलचे जास्त गरम होणे टाळले पाहिजे कारण ते होईल

अ] <u>पाठीमागेआगलागणे</u>

ब] जास्त ऑक्सिजन आणि ॲसिटिलीन वापरतात

सी] संयुक्त मध्ये दोष माध्यमातून बर्न तयार

ड] संयुक्त मध्ये अंडरकट दोष निर्माण करा

३७८] ३.१५ मिमी जाड सौम्य स्टील शीट वेल्ड करण्यासाठी तुम्ही निवडलेल्या नोजलचा आकार सांगा

अ] ३

B.5

क] ७

ड] १०

379] वेल्डिंग पितळासाठी ज्योत लावण्याचा प्रकार आहे...

अ] वायु ऍसिटिलीन ज्वाला

ब] तटस्थ ज्योत

क] <u>ऑक्सिडायझिंगज्वाला</u>

ड] carburizing ज्योत

380] लेफ्टवर्ड तंत्र वापरून गॅस वेल्डिंगसाठी शिफारस केलेल्या सौम्य स्टील शीटची जास्तीत जास्त जाडी किती आहे?

अ] 12 मिमी

ब] 10 मि.मी

क] 8 मि.मी

ड] <u>5 मि.मी</u>

381].फिलेट वेल्डच्या मुळे आणि पायाचे बोट यांच्यातील अंतराला...

अ] मूळ अंतर

ब] <u>पायाचीलांबी</u>

क] मजबुतीकरण

ड] घसा जाड

382] सौम्य स्टील शीटची किनार आणि पृष्ठभागाच्या अयोग्य साफसफाईमुळे उद्भवलेल्या वेल्ड दोषाचे नाव द्या

अ] मुळांच्या प्रवेशाचा अभाव

ब] जाळणे

क] अंडरकट

ड] <u>सच्छिद्रता</u>

383] खालीलपैकी कोणता धातूचा यांत्रिक गुणधर्म खेचणाऱ्या शक्तींना प्रतिकार देतो?

अ] कणखरपणा

ब] लवचिकता

क] कडकपणा

ड] <u>तन्यशक्ती</u>

औद्योगिक प्रशिक्षण संस्था

मासिक चाचणी-1, गुण- 20, तारीखः- _______________

(प्रत्येक प्रश्नाला दोन गुण असतात)

०१] रक्तस्त्रावझाल्यासउपचारघ्या

अ] थंड पाण्याची फवारणी करा

ब] लगेच मलमपट्टी -----]

क] अपघात विचार उपचार बद्दल चौकशी

डी] थंड 3" आणि विश्रांती

०२] अपघातझाल्यासपीडितेनेआय.एम

अ] विश्रांती घेण्यास सांगितले

क] तात्काळ हजर झाले

डी] त्याला सोडा

०३] जखमीकिंवाआजारीव्यक्तीलाप्राथमिकउपचारदिलेजातात....

अ] जीव वाचवा

ब] मफचा पुढील बिघाड टाळा

क] शक्य तितका आराम द्या

ड] हे सर्व

04]कचरापेपरवेगळेकरण्यासाठीडब्यांचाकलरकोड ----- आहे.

अ] निळा रंग

ब] पिवळा रंग

क] लाल रंग

ड] हिरवा रंग

०५] जपानीभाषेतसेकोम्हणजे --------------

अ] चमकणे

ब] क्रमवारी लावा

क] प्रमाणीकरण

ड] टिकवणे

06] SS प्रणालीचाफायदा ------ आहे.

अ] उत्पादकतेत वाढ

ब] गुणवत्तेत वाढ

क] वेळेचा अपव्यय कमी करणे

ड] हे सर्व

०७] सुरक्षाम्हणजे -----------

अ] कोणाचाही व्यवसाय नाही

ब] प्रत्येक शरीराचा व्यवसाय

क] काही शरीर व्यवसाय

ड] संस्थेचा व्यवसाय

08]मूलभूतश्रेणींसाठीसुरक्षाचिन्हेउपलब्धआहेत "निषेध" चिन्हाचाअर्थ ----

अ] दाखवते की ते केले जाऊ नये

ब] काय केले पाहिजे ते दाखवते

क] धोक्याची किंवा धोक्याची चेतावणी देते

ड] सुरक्षा तरतुदीची माहिती देते

09]वर्कशॉपसुरक्षाकोणतीआहे?

अ] दुकानातील मजला स्वच्छ आणि ग्रीस, तेल किंवा इतर निसरड्या पदार्थांपासून मुक्त ठेवा

ब] वेग बदलण्यापूर्वी मशीन थांबवा

C] फटाके किंवा चिरलेली साधने वापरू नका

ड] धावणारे मशीन हाताने थांबवण्याचा प्रयत्न करू नका

10]पर्सनलप्रोटेक्टइक्विपमेंट (PPE]मध्येहेल्मेटवापरलेजाते

अ] डोके संरक्षित करा

ब] डोळ्यांचे रक्षण करा

क] हातांचे संरक्षण करा

ड] कानांचे रक्षण करा

औद्योगिक प्रशिक्षण संस्था

मासिक चाचणी-2, गुण- 20, तारीख:- ________________

(प्रत्येक प्रश्नाला दोन गुण असतात]

1- 17]सामान्यआगविझवण्यासाठीकोणत्याप्रकारचेअग्निशामकयंत्रवापरलेजाते?

अ] पाण्याचे प्रकार विझविण्याचे यंत्र

ब] फोम प्रकार एक्विंग्विशर

क] कोरडी रासायनिक पावडर एक्विंग्विशर

D] कार्बन डायऑक्साइड (C02] एक्विंग्विशर

2-18]एकमायक्रोमीटर (U]समानआहे...

अ] 0.1 मि.मी

ब] ०.०१ मिमी

C] 0.001 मिमी

ड] 0.0001 मिमी

3-19]पाईपटीजॉइंटचेलीकप्रूफसांधेतयारकरण्यासाठी आणिपूर्णकरण्यासाठीवापरल्याजाणार्‍यासाधनाचेनावसांगा

अ] चर

ब] सेटिंग हातोडा

क] क्रिझिंग हातोडा

ड] गोल तळाचा भाग

4-20]हँडलफिक्सकरण्यासाठीवापरल्याजाणार्‍याहातोड्याचाभाग...

चेहरा

ब] पेन

क] गाल

ड] डोळा छिद्र

5-21]चिन्हांकितकरण्याच्याहेतूसाठीहातोड्याचेवजनआहे ...

अ] 250 ग्रॅम

ब] 500 ग्रॅम

क] १ किग्रॅ

ड] 2 किग्रॅ

6-22]लहानछिद्रकापण्यासाठीकोणतेपंचआणिडाईप्रकारचेमशीनवापरलेजाते?

अ] कातरणे प्रकार निबलर

ब] पंच प्रकार निबलर

क] गोलाकार कटिंग मशीन

ड] गिलोटिन कातरण्याचे यंत्र

7-23]स्क्राइबरबनलेलेआहेत ...

अ] सौम्य पोलाद

ब] उच्च कार्बन स्टील

क] पितळ

ड] कास्ट लोह

8-24]अभियंत्याच्यावाइसचाआकारद्वारेनिर्दिष्टकेलाजातो ...

अ] जंगम जबड्याची लांबी

ब] जबड्याची रुंदी

क] दुर्गुणाची उंची

ड] जबडा जास्तीत जास्त उघडणे

9-25]सुतारवाइसमध्येवापरल्याजाणाऱ्याधाग्याचेस्वरूपआहे...

अ] चौकोन

ब] एक्मे धागा

क] सावटूथ धागा

ड] पोर धागा

10-26]फाइल्सचीउत्तलतामदतकरते...

अ] अवतल पृष्ठभाग फाइल करण्यासाठी

ब] बहिर्वक्र पृष्ठभाग फाइल करण्यासाठी

क] कामाच्या कडा गोलाकार टाळण्यासाठी

D] दाब लागू झाल्यावर सरळ होणारी फाईल

औद्योगिक प्रशिक्षण संस्था

मासिक चाचणी-३, गुण- २०, तारीख:- _______________

(प्रत्येक प्रश्नाला दोन गुण असतात]

1-33] 'V' ब्लॉकबनवण्यासाठीकास्टआयर्नवापरण्याचेकारण

अ] ब्लॉकचे वजन वाढवण्यासाठी

ब] खर्च कमी करण्यासाठी

C] घर्षण कमी करण्यासाठी

ड] एक चांगला देखावा मिळविण्यासाठी

2-34]पातळनव्याकापण्यासाठी, हॅकसॉब्लेडचीसर्वातयोग्यपिचआहे...

अ] 1.8 मिमी

ब] 1.4 मिमी

क] 1 मि.मी

ड] 0.8 मि.मी

3-35]ठोसपितळकापण्यासाठी, हॅकसॉब्लेडचीसर्वातयोग्यपिचआहे...

अ] 1.8 मिमी

ब] 1.4 मिमी

क] 1 मि.मी

ड] 0.8 मि.मी

4-36]काहीस्ट्रोकनंतरएकनवीनहॅकसॉब्लेडसैलहोतोकारण ...

अ] ब्लेडचे ताणणे

ब] विंग-नट धागे जीर्ण होत आहेत

क] ब्लेडची चुकीची खेळपट्टी

ड] करवतीच्या संचाची अयोग्य निवड.

5-37]लहानव्यासाचेपाईप्सकापताना,

नियमितपणेपाहणेआणियाचीखात्रीकरणेउचितआहे ...

अ] कट वक्र रेषेच्या बाजूने आहे

ब] अधिक करवतीचे दात आकुंचन पावले आहेत

क] काम जास्त तापलेले नाही

ड] हॅकसॉचे योग्य संतुलन राखले जाते

6-38]ड्रिलअसत्यचालल्यास, तेहोईल

अ] खूप गरम होणे

ब] लहान आकारात कट करा

क] स्पिंडल विकृत करणे

डी] मोठ्या आकाराचे छिद्र कापून टाका

7-39]ड्रिलखूपवेगानेचालवल्यानेअनेकपरिणामहोतात

अ] कटिंग एज खराब करणे

ब] खराब पृष्ठभाग समाप्त

क] टांग फिरवणे

ड] अंडाकृती छिद्र पाडणे

8-40]जीर्णजमीनइच्छाएकधान्यपेरण्याचेयंत्र

अ] ड्रिल होल ओव्हरसाईज

ब] ड्रिल होल कमी आकाराचे

क] केंद्राबाहेर धावणे

D] अचूक भोक ड्रिल करा

9-41]लेथवरवापरल्याजाणाऱ्याड्रिल्सवरदिलेलामोर्संटेपरदरम्यानच्याश्रेणीमध्येअसतो

अ] MT1 ते MT5

ब] MT1 ते MT4

C] MT0 ते MT5

D] MT0 ते MT4

10-42]छोट्याड्रिललाकामातखूपवेगानेखायलादिल्यासपरिणामहोऊशकतो

अ] कवायती तोडणे

ब] ड्रिल वाकणे

क] अंडाकृती आकाराचे छिद्र कापणे

ड] उत्पादन वाढले

औद्योगिक प्रशिक्षण संस्था

मासिक चाचणी-4, गुण- 20, तारीख:- ________________

(प्रत्येक प्रश्नाला दोन गुण असतात]

1-50]ड्रिलचाबिंदूकोनयावरअवलंबूनअसतो...

अ] ड्रिलचा आकार

ब] यंत्राचा प्रकार

क] <u>कामाचेसाहित्य</u>

D] ड्रिलचा RPM

2-51]मानकड्रिलसाठीबिंदूकोनआहे...

अ] 60०

ब] 108०

क] <u>118०</u>

ड] 135०

3-52]हेलिकलकोनठरवतो...

अ] कटिंग अँगल

ब] कोन चघळणे

क] <u>रेककोन</u>

ड] ओठांचा कोन

4-53]ड्रिलचाक्लिअरन्सकोनदरम्यानआहे...

अ] 3॰ ते 5॰

ब] <u>8॰ ते 12॰</u>

क] 12॰ ते 20॰

ड] 15॰ ते 20॰

5-54]कटिंगएजच्यामागेदिलेल्याआरामकोनालाम्हणतात..

अ] बिंदू कोन

ब] छिन्नी धार कोन

क] हेलिक्स कोन

ड] <u>क्लिअरन्सकोन</u>

6-55]संख्याड्रिलमालिकेच्यासंचामध्येखालीलश्रेणीतीलड्रिल्सअसतात] योग्यश्रेणीदर्शवा

अ] 1 ते 40

ब] 1 ते 50

क] <u>1 ते 80</u>

ड] 1 ते 100

7-56]संख्याड्रिलमालिकेत, सर्वांतलहानड्रिलआकारआहे...

अ] 0.1 मिमी

ब] <u>0.35 मिमी</u>

क] 0.5 मिमी

ड] 0.52 मिमी

8-57]संख्याड्रिलमालिकेत, सर्वांतमोठाड्रिलआकारआहे...

अ] 102 मिमी

ब] <u>5.791 मिमी</u>

क] 5.613 मिमी

ड] 5.410 मिमी

9-58]लेटरड्रिलसिरीजमध्येड्रिल 'A' चा आकार...

अ] 13 मिमी

ब] 6.08 मिमी

क] 6.045 मिमी

ड] <u>5.944 मिमी</u>

10-59]लेटरड्रिलसीरिजमध्ये, सर्वातमोठ्याड्रिलचाआकार ...

अ] 10.33 मिमी

ब] <u>10.490 मिमी</u>

क] 12.01 मिमी

ड] 15.00 मिमी

औद्योगिक प्रशिक्षण संस्था

मासिक चाचणी-5, गुण- 20, तारीख:- ______________

(प्रत्येक प्रश्नाला दोन गुण असतात]

1-66]लेथकामासाठीखालीलपैकीकोणताटॅपसर्वातयोग्यआहे?

अ] सर्पिल टॅप

ब] मशीन टॅप

क] हाताचा नळ

ड] डाव्या हाताचा नळ

2-67]एकमरणे a सहचालूआहे

अ] डाय रेंच

ब] डायस्टॉक

क] डाय प्लेट

ड] डाय हँडल

3-68]एकटम्बलरगियरयुनिटआहे

अ] एकच गियर

ब] दोन गीअर्स

सी] तीन गीअर्स

ड] चार गीअर्स

4-69]घनसाधनाचीकटिंगधारबनलेलीअसते

अ] कार्बन स्टील

ब] सौम्य पोलाद

C] सुपर हाय स्पीड स्टील

ड] स्टिलाइट

5-70]सिर्मेंटकार्बाइडथ्रेडिंगटूलचीटीपआहे

अ] brazed

ब] वेल्डेड

क] सोल्डर केलेले

ड] टांग्याला चिकटवले

6-71]टूलकामाच्यापृष्ठभागावरघासेलआणिकटिंगफोर्सवाढेलतेव्हा..

अ] क्लिअरन्स कोन अधिक आहे

ब] मंजूरी परी कमी आहे

क] रेक कोन अधिक आहे

ड] रेकचा कोन कमी आहे

7-72]कापतानाचिपचीनिर्मितीयावरआधारितअसते...

अ] उपकरणाचा रेक कोन

B] साधनाचा क्लिअरन्स कोन

क] उपकरणाचा पाचर कोन

D] साधनाचा क्लिअरन्स आणि वेज अँगल

8-73]ड्रिलिंगमशीनमध्येसौम्यस्टीलड्रिलकरण्यासाठीयोग्यकटिंगफ्लुइडआहे...

अ] सिंथेटिक विद्रव्य तेल

ब] स्वच्छ तेल

क] डिस्टिल्ड वॉटर

ड] विद्राव्य तेल

9-74]सेंटरड्रिलिंगहेऑपरेशनआहे...

अ] ड्रिलिंग आणि काउंटरसिंकिंग

ब] ड्रिलिंग आणि काउंटर बोरिंग

क] ड्रिलिंग करण्यापूर्वी केंद्र स्थान चिन्हांकित करणे

ड] छिद्राचा व्यास मोठा करणे

10-75]शाफ्टचेटोकमध्यभागीड्रिलकेलेजातात...

अ] केंद्रांमध्ये सहाय्यक नोकऱ्या

ब] मृत केंद्र वंगण घालणे

क] वजन कमी करणे

ड] काउंटर कंटाळवाणा मदत करणे

औद्योगिक प्रशिक्षण संस्था

मासिक चाचणी-6, गुण- 20, तारीख:- _______________

(प्रत्येक प्रश्नाला दोन गुण असतात]

1-80]सॉकेटस्क्रूहेडसामावूनघेण्यासाठीछिद्राचाशेवटमोठाकरण्याचीप्रक्रियाआहे...

अ] रीमिंग

ब] स्पॉट फेसिंग

क] काउंटर कंटाळवाणे

ड] काउंटर बुडणे

2-81]दिलेलेव्यासकंटाळवाणेकरण्यासाठीकंटाळवाणेसाधननिवडताना, निवडा

अ] एक लांब साधन

ब] एक लहान साधन

क] एक लांब आणि कडक साधन

ड] एक लहान आणि कडक साधन

3-82]कंटाळवाणासाधनाचीकटिंगधारएकालहानछिद्रासाठीसेटकेलीपाहिजेजेणेकरूनते

अ] केंद्रापासून ०.५ मि.मी

ब] केंद्राच्या खाली 0.5 मि.मी

क] मध्यभागी 1 मि.मी

ड] अचूक मध्यभागी

4-83]कंटाळलेल्याछिद्रांचावापरकरूनचामफेरकरणेआवश्यकआहे

अ] एक ड्रिल

ब] त्रिकोणी स्क्रॅपर

क] विक्षिप्त कंटाळवाणे साधन

ड] एक फ्लॅट फाइल

5-84]खोलछिद्रपाडण्यासाठीवापरलेजाणारेसाधनम्हणजे a

अ] लेथ मॅन्डरेल

ब] बाही

क] कवायत

ड] औगर बिट

6-85]उग्रकंटाळवाणासाठीकटिंगगतीआहे

अ] उग्र वळण सारखे

ब] ड्रिलिंग सारखेच

क] knurling समान

ड] धागा कापण्यासारखेच

7-86]रीमरयासाठीवापरलाजातो...

अ] पातळ पत्र्यांमध्ये छिद्र पाडणे

ब] खोल छिद्र पाडणे

क] burrs काढणे

ड] छिद्र वाढवणे आणि पूर्ण करणे

8-87]रिमरचेदातअसमानअंतरावरअसतातकारण...

अ] ते तयार करणे सोपे आहे

ब] ते बडबड कमी करू शकतात

क] ते हळूहळू धातू कापण्यास मदत करतात

ड] ते रेमर सहज काढण्यास मदत करतात

9-88]खालीलपैकीकोणतीरीमरचीक्षमतानाही?

अ] लहान छिद्रे पूर्ण करणे

ब] कोणतेही मशीन केलेले प्रोफाइल पूर्ण करणे

C] जवळच्या मर्यादेपर्यंत अचूकता

ड] उच्च दर्जाचे पृष्ठभाग समाप्त उत्पादन

10-89]कोणत्याहीकटिंगफ्लुइडचीसर्वातमहत्वाचीगुणवत्ताआहे

अ] इमल्सिफिकेशन

ब] विशिष्ट उष्णता

क] विशिष्ट गुरुत्व

ड] स्निग्धता

औद्योगिक प्रशिक्षण संस्था

मासिक चाचणी-7, गुण- 20, तारीख:- ______________

(प्रत्येक प्रश्नाला दोन गुण असतात]

1-95]कटचीखोलीद्वारेदिलीजाते

अ] वरची स्लाइड

ब] क्रॉस-स्लाईड

क] कंपाऊंड स्लाइड

ड] साधन समायोजित करणे

2-96]लेथचकलावण्यासाठी

अ] हाताने सुरू करा आणि नंतर पॉवर चालू करा

ब] शक्तीने ते माउंट करा

क] हाताने माउंट करा

ड] हातोड्याच्या साहाय्याने तो बसवा

3-97]लेथवरवापरल्याजाणार्‍याड्रिल्सवरदिलेलामोर्सटेपरदरम्यानच्याश्रेणींमध्येअसतो

अ] MT1 ते MT5

ब] MT1 ते MT4

C] MT0 ते MT5

D] MT0 ते MT4

4-98]छोट्याड्रिललाकामातखूपवेगानेखायलादिल्यासपरिणामहोऊशकतो

अ] कवायती तोडणे

ब] ड्रिल वाकणे

क] अंडाकृती आकाराचे छिद्र कापणे

ड] उत्पादन वाढले

5-99]ट्विस्टड्रिलमध्येबासरीचीसंख्या -------- असते.

अ] १

ब] २

क] ३

ड] ४

6-100]वीजउपलब्धनसलेल्याठिकाणीछिद्रपाडण्यासाठीखालीलपैकी कोणतेड्रिलिंगमशीनवापरलेजाते?

अ] बेंच ड्रिलिंग मशीन

ब] पिलर ड्रिलिंग मशीन

क] ड्रिलिंग मशीन पुन्हा डायल करा

ड] रॅचेट ड्रिलिंग मशीन

7-101]खालीलपैकीकोणतेड्रिलिंगमशीनहेवीड्युटीकामासाठीवापरलेजाते?

अ] बेंच ड्रिलिंग मशीन

ब] पिलर ड्रिलिंग मशीन

क] रेडियल ड्रिलिंग मशीन

ड] इलेक्ट्रिक हँड ड्रिलिंग मशीन

8-102]लेथमध्येसौम्यस्टीलड्रिलकरण्यासाठीयोग्यकटिंगफ्लुइडआहे

अ] कृत्रिम विद्रव्य तेल

ब] व्यवस्थित कटिंग तेल

C] डिस्टिल्ड वॉटर

डी] विरघळणारे तेल + पाणी

9-103]अचूकग्राइंडिंगसाठीयोग्यकटिंगफ्लुइडआहे

अ] विद्राव्य तेल

ब] सिंथेटिक विद्रव्य तेल

क] स्वच्छ तेल

डी] सर्वो कट'

10-104]ग्राइंडिंगऑपरेशनदरम्यानकटिंगफ्लुइडवापरण्याचाफायदा ------ आहे

अ] 5000 पृष्ठभाग समाप्त

ब] कटिंग फोर्समध्ये घट

क] कामाचा तुकडा कडक होणे कमी करणे

ड] हे सर्व]

औद्योगिक प्रशिक्षण संस्था

मासिक चाचणी-8, गुण- 20, तारीख:- ______________

(प्रत्येक प्रश्नाला दोन गुण असतात]

1-110] फेस प्लेटसह कोणती योग्य कोन प्लेट वापरली जाते

(अ] घन प्रकार

(ब] बॉक्स प्रकार

(C] समायोज्य प्रकार

(डी] त्यापैकी एकही नाही

2-111] फेस प्लेट यापासून बनविली जाते.....]

(अ] सौम्य पोलाद

(ब] कास्ट आयर्न

(क] पितळ

(डी] ॲल्युमिनियम

3-112] विषम असमान जॉब वळणासाठी खालील कोणते सामान वापरले जाते?

(अ.] तीन जबडा चक

(आ.] दोन जबडा चक

(क] ड्रायव्हिंग प्लेट

(डी] फेस प्लेट

4-113]एकअनियमितआकाराचावर्कपीसलेथवरचालूकेलाजातो]

खालीलपैकीकोणतेवर्कहोल्डिंगऐक्सेसरीजवापरलेजाते?

अ] दोन जबडा चक

ब] तीन जबडा चक

क] ड्रायव्हिंग प्लेट

ड] फेस प्लेट

5-114]स्थिरविश्रांतीचेपॅडबनलेलेअसतात

अ] कार्बन स्टील

ब] आघाडी

क] सौम्य स्टील

ड] पितळ

6- 115]एकस्थिरविश्रांतीवापरलीजाते

अ] नोकरी धरण्यासाठी

ब] फेस प्लेट कामासाठी

क] नोकरी चालवणे

ड] नोकरीला पाठिंबा देण्यासाठी

7-116]वरएकअनुयायीस्थिरआहे

अ] लेथ बेड

ब] लेथ कॅरेज

क] लेथ स्पिंडल

ड] टेलस्टॉक

8-117] लांब कामाचे तुकडे फिरवताना, खालील गोष्टी वापरल्या जातात

एक बाही

बी गियर बदला

सी स्थिर विश्रांती

डी कंस]

9-118] Knurling ऑपरेशनयेथेकेलेजाते

अ] टर्निंग स्पिंडल वेग

ब] उच्च स्पिंडल गती

C] टर्निंग स्पिंडल गतीचा 1/3

D] टर्निंग स्पिंडल गतीचा 1/2

10-119] Knurling चेऑपरेशनआहे

अ] कातरणे

ब] निर्मिती

क] वळणे

ड] दाबणे

औद्योगिक प्रशिक्षण संस्था

मासिक चाचणी-9, गुण- 20, तारीख:- _______________

(प्रत्येक प्रश्नाला दोन गुण असतात]

1-125] BIS]प्रणालीतीलमूलभूतविचलनांचीसंख्याआहे

अ] २०

ब] 22

क] २५

ड] २८

2-126] BIS]प्रणालीमध्येसहनशीलतेच्याश्रेणीचीसंख्याआहे

अ] १२

ब] 16

क] १८

ड] २०

3-127]ज्याआकाराच्याआधारावरमितीयविचलनदिलेजातातत्यालाम्हणतात...

अ] वास्तविक आकार

ब] मूळ आकार

क] आकाराची किमान मर्यादा

ड] आकाराची कमाल मर्यादा

4-128] अदलाबदल क्षमता गुणधर्म प्रदान करण्यासाठी ..... द्वारे तयार केलेल्या भागांचा आकार] (अ] मापन प्रणाली

(ब] चाचणी आणि त्रुटी प्रणाली

(C] मर्यादा आणि सहिष्णुता प्रणाली

(डी] त्यापैकी एकही नाही

5-129] तुमचे जॉब टॉपर मोजले तर ते बरोबर आहे

उच्च मर्यादेच्या वर अ

B उच्च आणि खालच्या मर्यादेमध्ये

सी खालच्या मर्यादेच्या खाली]

6-   130]मूलभूतपरिमाणाच्याएकाबाजूलासहिष्णुतादिलीजातेतेव्हात्याला   --------- म्हणतात.

अ].सहिष्णुता प्रणाली

ब] एकतर्फी सहिष्णुता

क] द्विपक्षीय सहिष्णुता

ड] भत्ता प्रणाली

7-131]एकपरिमाणअसेसांगितलेआहे (चित्रात 025 H7]खालचीमर्यादा ----------- आहे

अ] 24.75 मिमी

ब] 24.85 मिमी

क] 25.00 मिमी

ड] 25-021 मिमी

8-132]घटकाच्यापरिमाणांचेमोजलेलेआकार--------- म्हणतात.

अ] मूळ आकार

ब] नाममात्र आकार

क] अनुमत आकार

ड] वास्तविक आकार

9-133]रेखांकनामध्येशाफ्टचीपरिमाणे   40i   0068/0042   दर्शविलीआहे, सहिष्णुतेमध्येशाफ्टचाआकारकितीआहे?

अ] 4.0.64 मिमी

ब] 40.042 मिमी

C] 40.000 मिमी

ड] 39.998 मिमी

10-134]इनहोलमूलभूतप्रणाली ----------

अ] शाफ्टचा आकार स्थिर केला जातो

ब] छिद्राचा आकार स्थिर केला जातो

क] छिद्रावर फक्त 'भत्ता दिला जातो

औद्योगिक प्रशिक्षण संस्था

मासिक चाचणी-10, गुण- 20, तारीख:- _______________

(प्रत्येक प्रश्नाला दोन गुण असतात]

1-142]उत्पादनालागुणवत्ताअसतेअसेम्हणतातजेव्हा ....]

अ] त्याचा आकार आणि परिमाणे मर्यादेत आहेत

ब] ते वापरण्यास योग्य आहे

क] ते खूप चांगले असल्याचे दिसून येते

ड] साहित्याची निवड योग्य आहे

2-143]   hole'30   +0.021,   0.000   आणिशाफ्ट   30   -0.110,   0.143 मधीलकमालक्लिअरन्सआवश्यकआहे.

अ] 0.110 मिमी'

B] ०.१३१ मिमी

C] 0.164 मिमी

ड] 0.143 मिमी

3-144]रेखांकनामध्ये   25.1002   मिमीअसेपरिमाणसांगितलेआहे] सहिष्णुताकायआहे?

अ] +०.०२ मिमी'

ब] +0.04 मिमी

C] -0.02 मिमी

ड] 25.00 मिमी

4-145]एकपिनएकाछिद्रातबसविलीजाते] पिनचासहनशीलताक्षेत्रछिद्रापेक्षासंपूर्णपणेवरअसतो] प्राप्तकेलेलीफिटकितीअसेल?

अ] क्लिअरन्स फिट

ब] संक्रमण फिट

क] हस्तक्षेप फिट

ड] धावणे फिट

5-146]अदलाबदलक्षमतासामान्यतःलागूकेलीजाते? _

अ] भागांची दुरुस्ती

ब] मोठ्या प्रमाणावर उत्पादन

क] सिंगल पीस उत्पादन

ड] हे सर्व

6- 147]भागआकाराससहिष्णुतादिलीजाते ....]

अ] आवश्यक अनुज्ञेय आकाराच्या त्रुटीमध्ये भागाचे उत्पादन करा

ब] उत्पादन वाढवा

क] उत्पादन कमी करा

ड] घटक अंदाजे पूर्ण करा

7-148]खालीलपैकीकोणतेक्लीयरन्ससंपूर्णमूलभूतप्रणालीअंतर्गतयोग्यआहे?

A] 20 H7/p6'

ब] 2067/211

C] ZOG/gll]

D] 20H/g11]

8-149] BIS प्रणालीनुसारफिटचेतीनवर्गआहेत ....] ~]

अ] क्लिअरन्स फिट, इंटरफेरन्स फिट आणि ट्रांझिशन फिट

ब] मध्यम फिट, पुश फिट आणि घट्ट फिट

क] फ्लॅट फिट, राउंड फिट आणि स्क्वेअर फिट

ड] 'स्लाइडिंग फिट', लूज फिट आणि संकोचन फिट

9-150]खालीलपैकीकोणतेसहिष्णुताविनिर्देश   20
मिमीपेक्षाकमालआकारविरहितआहेत?

अ] २० +०.२,-०.३

ब] 20 320.2

क] 20 -0.2, 0.3 ई

D]m 20 +500, ~03

10-151]कमालआणिकिमानमर्यादेतीलफरक -~~~~~~~~~~~'

अ] एकच माहिती देणारा

ब] मूळ शाफ्ट

क] मंजुरी

ड] सहिष्णुता

औद्योगिक प्रशिक्षण संस्था

मासिक चाचणी-11, गुण- 20, तारीख:- ________________

(प्रत्येक प्रश्नाला दोन गुण असतात]

1-160] वळलेल्या टेपर्सची लांबी तपासली जाते

एक व्हर्नियर कॉलिपर

बी मायक्रोमीटर

कॉलपरच्या आत सी

डी डायल चाचणी निर्देशक]

2-161] कॉम] पाउंड स्लाइड वापरून टेपर टर्निंगचे तोटे आहेत

अ] फक्त लांब टेपर फिरवता येतात

ब] फक्त खूप मोठे टेपर वळवले जाऊ शकतात

C] फीडमध्ये फक्त मॅन्युअल शक्य आहे

D] कंपाऊंड स्लाइडच्या निर्बंधांमुळे फक्त लहान टेपर्स चालू करता येतात]

3-162] बाह्य टेपर्ससह तपासले जातात

अ] मर्यादा प्लग गेज

ब] टेपर रिंग गेज

C] टेपर प्लग गेज

ड] थ्रेड प्लग गेज]

4-163] लेथचालूकेलेल्याटेपरचावापरम्हणजे ----

A] एकत्र केलेल्या भागांमध्ये ड्राइव्ह प्रसारित करण्यास मदत करा

ब] भाग एकत्र करण्यासाठी आणि वेगळे करण्यासाठी वापरले जाते

क] एकत्र केलेल्या भागांमध्ये स्वत: चे संरेखन द्या

5-164] लहानलांबीच्याटेपरच्याउत्पादनाच्यामोठ्या प्रमाणातउत्पादनासाठीकोणत्यापद्धतीचावापरकेलाजातो?

अ] फॉर्म टूल

ब] कंपाऊंड स्लाइड

क] टेलस्टॉक ऑफसेट.

ड] टेपर टर्निंग संलग्नक

6- 165] मोर्सस्टँडर्डटेपरहेआंतरराष्ट्रीयस्तरावरस्वीकृत मानकटेपरपैकीएकआहे, जे --------- वरूनउपलब्धआहे.

अ]१ ते ७

ब]१ ते ८

क] ओ ते 7

ड] 0 ते 8

7-166] स्टीपटेपरकापण्यासाठीकोणतीटेपरटर्निंगपद्धतवापरलीजाते?

अ] सेट ओव्हर पद्धत

ब] टेपर टर्निंग संलग्नक

क] फॉर्म टूल

ड] कंपाऊंड विश्रांती फिरवणे

8-167] मोर्सटेपरखालीलपैकीकोणत्यामशीनच्याघटकांमध्येवापरलाजातो -...

अ] लेथचे स्पिंडल्स

ब] ड्रिल मशीनचे स्पिंडल्स

क] रीमरच्या शेंड्या

ड] हे सर्व

9-168]टेपरच्यामोठ्याप्रमाणातउत्पादनासाठीखालीलपैकीकोणतीपद्धतवापरलीजाते.......]

अ] टेलस्टॉक ऑफसेट पद्धत

ब] टेपर टर्निंग संलग्नक पद्धत

क] फॉर्म खूप पद्धत

ड] कंपाऊंड स्लाइड पद्धत

10-169]टेपरचाप्रमुखव्यास 40 मिमीआहे, किरकोळव्यास 30 मिमीआहे]कामाचीएकूण

लांबी 100 मिमीआहेटेपरकेलीजातेत्यानंतरऑफसेटद्वारेदिलेजाते -

अ] 5 मि.मी

ब] 7.5 मिमी

क] 12 मिमी

ड] 9 मि.मी

औद्योगिक प्रशिक्षण संस्था

मासिक चाचणी-12, गुण- 20, तारीख:- _______________

(प्रत्येक प्रश्नाला दोन गुण असतात]

1-190]लेआउटचिन्हांकितकरण्यासाठीकोणतेसाधनवापरलेजाते?

अ] मायक्रोमीटर

ब] व्हर्नियर

क] डेप्थ गेज

ड] व्हर्नियर उंची मापक

2-191]व्हर्नियरउंचीगेजसहचिन्हांकितकरताना, कामाचातुकडासामान्यतः ----------

असतो.

अ] कोन प्लेटद्वारे समर्थित

ब] दुसर्‍या कामाच्या तुकड्याने समर्थित

क] एका हाताने धरलेला

ड] समर्थनाशिवाय आयोजित

3-192]खालीलपैकीकोणताभागसंयोजनसंचाचानाही?

अ] साठा

ब] चौकोनी डोके

क] संरक्षक डोके

ड] केंद्र प्रमुख

4-193]एक BSW श्रेडिंगटूलसमाविष्टकेलेल्याकोनासहग्राउंडकरणेआवश्यकआहे

अ] ५५०

ब] ६००

क] ४७.५०

ड] २९०

5-194]मेट्रिक 'V' थ्रेडटूलचीनाकत्रिज्याआहे

अ] ०.१४४ x पी

ब] ०.२५ x पी

क] ०.४१४ x पी

ड] ०.०१४४ x पी

6-195]खडबडीतखेळपट्ट्यांचेमेट्रिकबाह्यधागेकापताना, कंपाऊंड विश्रांतीलाफिरवण्याचासल्लादिलाजातो

अ] ४५०

ब] ३००

क] 60०

D.90०

7-196] BIS चीखोली] मेट्रिकथ्रेडआहे

अ] ०.६४०३ x पी

ब] ०.६ x पी

क] ०.६१३४ x पी

ड] ०.५ x पी

8-197]थ्रेडिंगटूल्सचावापरकरून 60० कोनासाठीअचूकतातपासलीजाते.

अ] थ्रेड प्लग गेज

ब] केंद्र गेज

क] स्क्रू पिच गेज

ड] साधन कोन गेज

9-198]प्रतिइंचथ्रेड्सचीसंख्या a सहतपासलीजाऊशकते

अ] टूल गेज

ब] मोजणी करून मेट्रिक नियम

क] रिंग गेज

ड] स्क्रू पिच गेज

10-199]थ्रेडिंगकरताना, कॅरेजमार्गानेहलविलीजाते

अ] ट्रॅकवर एक गियर ट्रेन

ब] फीड रॉड स्प्लाइन किंवा की-वे

सी] लीड स्क्रू थ्रेड

ड] हाताचे चाक